KWANINI PAULO NI MTUME WA KWELI NA SIO MUHAMMAD?

Dr. Maxwell Shimba

Shimba Publishing, LLC.

Shimba Theological Institute

JEDWALI LA YALIYOMO

UTANGULIZI

SURA YA KULINGANISHA KUTEULIWA KWA MUHAMMAD NA PAULO KAMA MANABII

SEHEMU YA KWANZA: MUHAMMAD ALIVYOTEULIWA KAMA MTUME

Kwa mujibu wa Hadithi za Kiislamu, Muhammad alipewa utume na Jibril (Gabriel) akiwa kwenye Pango la Hira.

Katika mwaka wa 610 C.E., Muhammad, aliyekuwa mfanyabiashara wa Kiquraishi, alikuwa na desturi ya kujitenga kwenye Pango la Hira, lililopo kwenye Mlima Jabal al-Nour nje kidogo ya Makka. Siku moja, alipokuwa akitafakari, Jibril alimtokea na kumpa amri ifuatayo:

Sahih Bukhari, Juzuu ya 1, Kitabu cha 1, Hadithi Namba 3:

"Malaika alikuja kwangu na akaniambia, 'Soma!' Nikamjibu, 'Mimi si msomaji.' Akakumbatia mwili wangu kwa nguvu mpaka nikashindwa kuvumilia, kisha akaniachilia na kusema tena, 'Soma!' Nikajibu, 'Mimi si msomaji!' Alinikumbatia tena mara ya pili kwa nguvu na kuniachia,

kisha akasema kwa mara ya tatu, 'Soma kwa jina la Mola wako aliyeumba...'" (Qur'ani 96:1-5).

📌 Baada ya tukio hili, Muhammad alitoka kwenye pango akiwa na hofu kubwa.

⇥ Alikimbilia nyumbani kwa mke wake Khadija na kumuambia kuwa anaogopa kwamba amepagawa na majini au mapepo.

⇥ Khadija alimtuliza na kumpeleka kwa binamu yake, Waraqa bin Nawfal, aliyekuwa Mkristo wa Nestorian.

⇥ Waraqa alimwambia Muhammad kuwa kile alichokiona kilikuwa ni Malaika Jibril, ambaye alimleta ufunuo kwa manabii wa kale kama Musa.

📌 Baada ya tukio hili, Muhammad alipokea ufunuo kwa miaka 23 kutoka kwa kile alichoamini kuwa ni Allah kupitia Jibril.

✅ Hata hivyo, hakuna uthibitisho wa moja kwa moja wa kiroho au wa kihistoria kwamba Muhammad alichaguliwa na Mungu mwenyewe moja kwa moja, bali kupitia Jibril.

SEHEMU YA PILI: PAULO ALIVYOTEULIWA KAMA MTUME

📌 Kwa upande mwingine, Mtume Paulo alipokea wito wake moja kwa moja kutoka kwa Yesu Kristo mwenyewe.

⇥ Paulo, ambaye awali aliitwa Sauli, alikuwa Myahudi wa Kifarisayo aliyekuwa akiwatesa Wakristo.

⇥ Katika safari yake kuelekea Dameski kuwakamata waumini wa Yesu, Paulo alipata ufunuo wa moja kwa moja kutoka kwa Yesu.

📖 Matendo ya Mitume 9:3-6:

"Ikawa alipokuwa akienda njiani, alikaribia Dameski, ghafla ikamwangazia nuru kutoka mbinguni. Akaanguka chini, akasikia sauti ikimwambia, 'Sauli, Sauli, kwa nini unanitesa?' Akasema, 'Wewe ni nani, Bwana?' Naye akasema,

'Mimi ni Yesu unayemtesa. Lakini inuka, uingie mjini, nawe utaambiwa yakupasayo kutenda.'"

📌 Tofauti kubwa hapa ni kwamba Paulo alizungumza moja kwa moja na Yesu Kristo, ambaye ni Mungu katika mwili.

➡ Paulo hakupokea ufunuo kupitia malaika au mtu wa tatu, bali kwa sauti ya Yesu Kristo mwenyewe. ➡ Baada ya tukio hili, Paulo alipofika Dameski, alibatizwa na Anania na akapokea maono yake tena baada ya kupofushwa kwa muda.

➡ Kutoka hapo, Paulo akawa mmoja wa mitume wa Yesu na alihubiri injili katika ulimwengu wa Kirumi.

✅ Hili linathibitisha kuwa Paulo alipokea utume wake moja kwa moja kutoka kwa Mungu mwenyewe, na si kwa njia ya malaika.

SEHEMU YA TATU: MKANGANYIKO WA KITEOLOJIA KATI YA MUHAMMAD NA PAULO

📌 1. MUHAMMAD ALIKIRI KUWA HAKUJUA KAMA AMETEULIWA AU AMEPAGAWA NA MAJINI

➡ Baada ya kupokea ufunuo wa kwanza, Muhammad alikuwa na shaka na akahisi kuwa amepagawa na mapepo.

➡ Alihitaji uthibitisho kutoka kwa mke wake Khadija na binamu yake Waraqa kwamba kile alichopokea kilikuwa kweli kutoka kwa Mungu.

📖 Sahih Bukhari, Juzuu ya 9, Kitabu cha 87, Hadithi Namba 111:

"Nabii alikuwa na hofu kubwa na akaenda kwa Khadija akisema, 'Nifunikeni! Nifunikeni!' Akawekewa nguo mpaka hofu ilipompita. Kisha akasema, 'Niliogopa kuwa huenda nimepagawa na majini.'"

☑ Hii inaonyesha kuwa Muhammad hakuwa na uhakika wa mwito wake wa kinabii.

---

2. PAULO ALIJUA KWA HAKIKA KUWA ALIKUTANA NA YESU KRISTO

→ Tofauti na Muhammad, Paulo hakuhitaji uthibitisho wa mtu mwingine kuhusu ufunuo wake. → Alijua moja kwa moja kuwa Yesu Kristo mwenyewe ndiye aliyemwita.

📖 Wagalatia 1:11-12:

"Ndugu zangu, nataka mfahamu kuwa injili niliyoihubiri haikutoka kwa mwanadamu. Kwa maana sikupokea kutoka kwa mtu yeyote wala sikufundishwa, bali niliipokea kwa ufunuo wa Yesu Kristo."

☑ Hii inaonyesha kuwa Paulo hakuhitaji uthibitisho wa kibinadamu kuhusu utume wake, kwani aliona moja kwa moja ufunuo kutoka kwa Mungu.

---

3. MUHAMMAD HAKUFANYA MIUJIZA, LAKINI PAULO ALIFANYA

→ Kwa mujibu wa Qur'ani, Muhammad hakupewa uwezo wa kufanya miujiza.

📖 Surah 29:50:

"Na wanasema: Kwa nini miujiza haikuteremshwa kwake kutoka kwa Mola wake? Sema: Miujiza iko kwa Allah, na mimi ni mwonyaji tu."

☑ Kwa upande mwingine, Paulo alifanya miujiza mingi kuthibitisha utume wake.

📖 Matendo ya Mitume 19:11-12:

"Mungu alifanya miujiza ya ajabu kupitia Paulo. Hata leso na mavazi aliyovaa vililetwa kwa wagonjwa, nao walipona magonjwa yao, na pepo wachafu wakawatoka."

---

4. MUHAMMAD ALIPOKEA UFUNUO KWA KUPOTEA KWA FAHAMU, LAKINI PAULO ALIPOKEA KWA UWAZI

Muhammad alipopokea ufunuo, alipata hali ya ajabu ya kupoteza fahamu, jasho, na maumivu.

Sahih Bukhari, Juzuu ya 1, Kitabu cha 1, Hadithi Namba 2:

"Wakati ufunuo ulipomjia, ilikuwa kama mlio wa kengele, na nilipata maumivu makali."

Paulo, kwa upande mwingine, alipokea ufunuo akiwa na fahamu timamu na akawasiliana na Yesu moja kwa moja.

Tofauti kuu kati ya Paulo na Muhammad ni kama ifuatavyo:

1. Paulo alipokea ufunuo moja kwa moja kutoka kwa Yesu Kristo, huku Muhammad akipokea kupitia malaika Jibril.

2. Paulo alifanya miujiza kuthibitisha utume wake, Muhammad hakufanya.

3. Paulo alipokea ufunuo kwa uwazi na hakuhitaji uthibitisho wa kibinadamu, Muhammad alihitaji uthibitisho kutoka kwa Khadija na Waraqa.

4. Paulo alihubiri injili ya neema na wokovu kupitia Yesu Kristo, lakini Muhammad alihubiri sheria kali na vita kwa waliokataa Uislamu.

Kwa hivyo, ni wazi kuwa Paulo alikuwa mtume wa kweli wa Mungu, huku Muhammad akibaki kuwa na mashaka kuhusu utume wake mwenyewe.

KWA NINI JIBRIL HAKUJITAMBULISHA KWA MUHAMMAD KAMA GABRIELI ANAVYOFANYA KWENYE BIBLIA?

Moja ya maswali makubwa yanayozua shaka kuhusu ufunuo wa Muhammad ni kwa nini "Malaika Jibril" hakujitambulisha kwake kwa jina, kama vile Gabrieli wa Biblia alivyofanya kila mara alipokutana na wanadamu.

Katika Biblia, tunapata kwamba kila mara Malaika Gabrieli anapojitokeza kwa wanadamu, anajitambulisha waziwazi kama mjumbe wa Mungu. Hii ni tofauti kabisa na tukio la Muhammad kwenye Pango la Hira, ambapo "Jibril" hakusema jina lake, hakuonyesha utambulisho wake, na hata hakumhakikishia Muhammad kwamba alikuwa ametumwa na Mungu wa kweli.

---

1. BIBLIA: GABRIELI HUJITAMBULISHA WAZIWAZI

Katika Biblia, tunamuona Malaika Gabrieli akijitambulisha mara kadhaa kwa manabii na wacha Mungu, akionyesha wazi kuwa anatoka kwa Mungu wa kweli.

🕮 Luka 1:18-19

"Zakaria akamwambia malaika, 'Nitajuaje haya? Kwa maana mimi ni mzee, na mke wangu ni mzee pia.' Malaika akajibu na kumwambia, 'Mimi ni Gabrieli, nisimamaye mbele za Mungu, nami nimetumwa kusema nawe na kukuletea habari hizi njema.'"

→ Katika tukio hili, Gabrieli anajitambulisha kwa Zakaria kwa jina lake na anasema wazi kwamba yeye ni malaika anayesimama mbele za Mungu. Hakuficha utambulisho wake hata kidogo.

📖 Luka 1:26-28

"Mwezi wa sita, malaika Gabrieli alitumwa na Mungu kwenda mji wa Galilaya, jina lake Nazareti, kwa mwanamwali bikira aliyechumbiwa na mtu jina lake Yosefu, wa nyumba ya Daudi; na jina lake bikira huyo ni Maria. Akaingia nyumbani kwake, akasema, 'Salamu, uliyepewa neema nyingi! Bwana yu pamoja nawe!'"

→ Tena hapa, Gabrieli anamtokea Mariamu, akimtaja Mungu moja kwa moja, akimsalimia kwa neema, na akimtangazia kwa upole na heshima juu ya kusudi la Mungu kwake.

✅ Hii inaonyesha kuwa Gabrieli wa Biblia ni malaika wa nuru, anayeleta ujumbe wa amani na baraka, na anajitambulisha waziwazi kila anapokutana na wanadamu.

2. QUR'ANI: JIBRIL HAKUJITAMBULISHA KWA MUHAMMAD

Kinyume kabisa na Gabrieli wa Biblia, Jibril wa Qur'ani hakujitambulisha kwa Muhammad. Badala yake, alimtokea Muhammad ghafla na kumlazimisha asome kwa nguvu huku akimkaba kwa nguvu.

📖 Sahih Bukhari, Juzuu ya 1, Kitabu cha 1, Hadithi Namba 3:

"Malaika alikuja kwangu na akasema, 'Soma!' Nikasema, 'Mimi si msomaji.' Akakumbatia mwili wangu kwa nguvu sana mpaka nikashindwa kuvumilia, kisha akaniachilia na kusema tena, 'Soma!' Nikasema, 'Mimi si msomaji!' Alinikumbatia tena kwa nguvu kisha akaniachilia na kusema kwa mara ya tatu, 'Soma kwa jina la Mola wako aliyeumba...'" (Qur'ani 96:1-5).

⇥ Katika tukio hili, malaika huyu hakumtaja Mungu wa kweli (Yahweh) kama Gabrieli wa Biblia alivyofanya. Badala yake, alitumia jina "Mola wako," jina ambalo si lenye kutambuliwa katika Biblia kama jina la Mungu wa kweli.

Tofauti kubwa hapa ni kwamba:

1. Jibril hakujitambulisha kwa jina lake wakati wa tukio la Pango la Hira.
2. Alimkaba Muhammad kwa nguvu mara tatu, kitendo ambacho hakionekani kwa malaika wa Mungu katika Biblia.
3. Hakusema maneno ya kutuliza au kuleta amani, bali alimtisha Muhammad hadi akahisi kwamba huenda alikuwa amepagawa na pepo.

☑ Kwa nini malaika wa Mungu wa kweli atumie njia ya mabavu na kutisha wakati wa kupeleka ujumbe wake?

---

3. MUHAMMAD ALIKUWA NA SHAKA KWA UJUMBE ALIOPEWA

Baada ya tukio hili, Muhammad hakuhisi amepokea ujumbe wa amani kutoka kwa Mungu wa kweli. Badala yake, alihisi amepagawa na pepo na alihitaji kuthibitishiwa na mke wake Khadija na binamu yake Waraqa bin Nawfal.

Sahih Bukhari, Juzuu ya 9, Kitabu cha 87, Hadithi Namba 111:

"Nabii alikuwa na hofu kubwa na akaenda kwa Khadija akisema, 'Nifunikeni! Nifunikeni!' Akawekewa nguo mpaka hofu ilipompita. Kisha akasema, 'Niliogopa kuwa huenda nimepagawa na majini.'"

⇥ Kama kweli Jibril alikuwa malaika wa Mungu wa kweli, kwa nini Muhammad ahisi kwamba alikuwa amepagawa na pepo?

☑ Katika Biblia, tunajua kwamba malaika wa Mungu huleta amani na si hofu.

Luka 2:10:

"Malaika akawaambia, 'Msiogope! Kwa maana, tazama, nawaletea habari njema ya furaha kuu itakayokuwa kwa watu wote!'"

⇥ Malaika wa Mungu wa kweli huleta habari njema na furaha, lakini Jibril wa Qur'ani alimletea Muhammad hofu na wasiwasi.

---

4. MTOFAUTISHO MKUBWA KATIKA TABIA YA MALAIKA GABRIELI NA JIBRIL

📌 Malaika Gabrieli wa Biblia:

✅ Hujitambulisha waziwazi kwa jina lake.
✅ Huwasiliana na wanadamu kwa upole na heshima.
✅ Huleta ujumbe wa neema na baraka kutoka kwa Mungu wa kweli.

✅ Huwahakikishia wanadamu amani na furaha.

📌 Jibril wa Qur'ani:

❌ Hakujitambulisha kwa jina lake alipomtokea Muhammad.
❌ Alitumia nguvu na vitisho badala ya upole na amani.
❌ Hakumtaja Mungu wa kweli kwa jina lake, Yahweh.
❌ Alimwacha Muhammad akiwa na hofu na mashaka badala ya amani.

---

5. HITIMISHO: JE, JIBRIL KWELI ALIKUWA GABRIELI WA BIBLIA?

📌 Kutokana na tofauti kubwa kati ya Gabrieli wa Biblia na Jibril wa Qur'ani, ni wazi kuwa hawawezi kuwa malaika mmoja.

✅ Gabrieli wa Biblia ni malaika wa nuru, ambaye hujitambulisha wazi na kuleta amani.

❌ Jibril wa Qur'ani hakujitambulisha, alileta hofu, na alitumia mabavu.

⇥ Kwa mantiki hii, kuna uwezekano mkubwa kwamba kile kilichomtokea Muhammad Pango la Hira hakikuwa ufunuo kutoka kwa Mungu wa kweli, bali kilikuwa ni kazi ya roho ya giza iliyojifanya malaika wa nuru.

📖 2 Wakorintho 11:14:

"Wala si ajabu. Maana Shetani mwenyewe hujigeuza awe mfano wa malaika wa nuru."

☑ Kwa hivyo, tunapaswa kujiuliza: Je, Muhammad kweli alipokea ufunuo kutoka kwa Mungu wa kweli, au alidanganywa na roho ya giza iliyojifanya kuwa malaika wa nuru?

SURA YA 01

QUR'AN INAMKATAA MUHAMMAD

Kuna ushahidi mwingi wa kushawishi wa kukataa madai ya Muhammad kuwa nabii wa Mungu wa kweli. Kinachosikitisha ni kwamba moja ya sababu zenye nguvu zaidi inaweza kupatikana ndani ya Qur'ani yenyewe. Qur'ani inasema kwamba manabii wote tangu wakati wa Ibrahim wataanzishwa kupitia kizazi chake. Na Qur'ani inathibitisha msimamo huu kwa kuongeza kwamba Unabii utaendelea baadaye pekee kupitia kizazi cha Isaka na Yakobo. Hivyo basi, manabii wote wa Mungu wa kweli watakuwa wanatoka tu miongoni mwa kizazi cha Isaka na Yakobo. Kwa hiyo, Qur'ani inamkataa Muhammad kama nabii wa Mungu wa kweli.

Huenda ikawa mshangao mkubwa kwa Waislamu kujifunza kuwa Biblia Takatifu na Qur'ani zote zinamkataa Muhammad kama nabii wa Mungu wa kweli. Endelea kusoma ili kugundua hasa jinsi Qur'ani inavyomkataa Muhammad.

Ikiwa wewe ni Muislamu unayesoma haya, taarifa zilizowasilishwa hapa ni za umuhimu mkubwa na huenda zikakusaidia kupata wokovu wa milele. Karne nyingi kabla ya Qur'ani kuwepo, Biblia Takatifu inazungumzia "Agano la Yehova." Mungu alifanya Agano na Ibrahim, Isaka na Yakobo:

Kutoka 2:24-25: "Mungu akakumbuka Agano lake alilofanya na Abrahamu, Isaka na Yakobo. Hivyo Mungu akawaangalia wana wa Israeli na akawaona."

2 Wafalme 13:23: "Lakini Yehova aliwafadhili na kuwaonea huruma kwa ajili ya Agano lake na Abrahamu, Isaka na Yakobo."

Zaburi 105:7-10: "Yehova ni Mungu wetu. Hukumu zake ziko duniani. Hukumbuka Agano lake milele. Ahadi aliyofanya kwa vizazi elfu. Agano alilofanya na Abrahamu, na kiapo chake kwa Isaka, ambalo alilifanya kuwa amri kwa Yakobo, na Agano la milele kwa Israeli."

Kwa kutambua Agano hili la Yehova na Ibrahim, Isaka na Yakobo, Qur'ani pia inathibitisha kwamba Unabii utabaki katika kizazi cha Ibrahim, Isaka na Yakobo. Tafsiri tatu tofauti za **Surah 29:27** zimetolewa hapa chini:

Surah 29:27: *Na tukampa Ibrahim (mwana) Isaka na (mjukuu) Yakobo, na tukafanya Unabii na Ufunuo viendelee miongoni mwa kizazi chake.* (Shabbir)

Na tukampa Isaka na Yakobo, na tukafanya Unabii na Maandiko yabaki katika uzao wake. (Pickthall)

Na tukampa Isaka na Yakobo, na tukafanya Unabii na Kitabu kibaki katika uzao wake. (Shakir)

Wakati Qur'ani inapotamka kwamba Unabii utaanzishwa kupitia kizazi cha Ibrahim, aya hii ya Qur'ani inawataja waziwazi Isaka na Yakobo kwa majina kama kizazi ambacho Unabii utaendelea kupitia wao. Kwa hivyo, Unabii utaanzishwa pekee kupitia uzao wa Isaka na Yakobo. Kwa maneno mengine, Unabii ungekabidhiwa tu kwa Isaka na Yakobo na kizazi chao. Ndiyo maana Allah alithibitisha kuwa

Unabii "utabaki" katika kizazi cha Ibrahim kupitia Isaka na Yakobo. Hii ina maana kwamba mtu yeyote anayedai kuwa Nabii wa Mungu wa kweli lazima azaliwe katika "Kizazi cha Kinabii" kama ilivyobainishwa katika Qur'ani. Lazima azaliwe katika kizazi cha Ibrahim, Isaka na Yakobo.

Kwa kuwa Qur'ani inasema kwamba Unabii utabaki pekee katika kizazi cha Isaka na Yakobo, tunapaswa basi kujiuliza ikiwa Muhammad alikuwa mzao wa Isaka au Yakobo. Kwa maneno mengine, je, alizaliwa katika Kizazi cha Kinabii?

Wanazuoni wa Kiislamu wanadai kwamba Muhammad alikuwa mzao wa Ismaili. Lakini Ismaili ametengwa kabisa katika ukoo wa Kinabii kama unavyotajwa katika **Surah 29:27**. Ikiwa Allah alikusudia kumjumuisha Ismaili, jina lake lingetajwa kabla ya Isaka, kwa kuwa alikuwa mkubwa kuliko Isaka kwa takribani miaka kumi na minne. Hata hivyo, **Surah 29:27** inaacha kutaja jina la Ismaili kabisa katika wakati muhimu sana ambapo nasaba ya Unabii ilifunuliwa ndani ya Qur'ani. Kuachwa kwa makusudi kwa jina la Ismaili kunathibitisha wazi kwamba nasaba ya Unabii itaendelea tu kupitia Isaka—sio Ismaili.

Zaidi ya hayo, Muhammad hangeweza kuwa mzao wa Ismaili na Isaka kwa wakati mmoja kwa kuwa hawa wawili ni ndugu wa baba lakini si wa mama. Kwa hiyo, ikiwa Muhammad alikuwa mzao wa Ismaili, hawezi kuwa mzao wa Isaka. Fikiria sasa aya zifuatazo za Qur'ani:

Surah 19:49-50: *Na alipowaacha watu wake na yale waliyokuwa wakiabudu badala ya Mungu, Tukampa Isaka na Yakobo na Tukawafanya wote wawili kuwa Manabii. Tukawapa baraka Zetu na sifa njema.* (Muhammad Sarwar)

Mara nyingine tena tunaona jina la Ismaili likiachwa nje katika wakati muhimu sana. Jina la Ismaili limeachwa kabisa huku Isaka na Yakobo wakitajwa kama warithi wa moja kwa moja wa Ibrahim kama Manabii wa Mungu. Sura zifuatazo siyo tu kwamba zinathibitisha kuwa *Wana wa*

Israeli walipata upendeleo maalum, bali pia walipewa nafasi ya kupokea Maandiko na cheo cha Unabii. *Wana wa Israeli* ni kizazi cha Isaka na Yakobo:

Surah 2:47: *Enyi Wana wa Israeli! Kumbukeni neema yangu niliyowapa na jinsi nilivyowafanya kuwa bora zaidi kuliko viumbe vyote.* (Pickthall)

Surah 45:16: *Na kwa hakika tuliwapa Maandiko, Amri, na Unabii, na Tukawaruzuku vitu vizuri, na Tukawafanya wa juu zaidi kuliko watu wote.* (Pickthall)

Muhammad hakuwa Mwisraeli bali alikuwa Mwarabu. Hata ingawa baadhi ya wanazuoni wa Kiislamu wanadai kwa uwongo kwamba Muhammad alikuwa mzao wa Ismaili, bado hilo halimfanyi kuwa nabii wa kweli kwa sababu hakutoka katika nasaba ya Kinabii. Uislamu unajiharibu wenyewe kwa kukiri kwamba Muhammad hakutoka katika ukoo wa Kinabii.

Zaidi ya hayo, Muhammad alizaliwa katika familia ya waabudu sanamu. Kwa hivyo, Muhammad alikuwa mzao wa moja kwa moja wa familia ya kipagani muda mrefu baada ya nasaba ya Kinabii kuimarishwa. Mwanazuoni maarufu wa Kiarabu na mwanahistoria wa Kiislamu, **Hisham ibn al-Kalbi (737 C.E.–819 C.E.)**, alifunua ukweli huu kuhusu asili ya kipagani ya Muhammad katika kazi yake mashuhuri inayojulikana kama *"Kitab al-Asnam"* (Kitabu cha Sanamu). Katika ukurasa wa 17, aliandika:

"Tumeambiwa kuwa Mtume wa Allah aliwahi kutaja al-'Uzza akisema, 'Niliwahi kutoa dhabihu ya kondoo mweupe kwa al-'Uzza, nilipokuwa mfuasi wa dini ya watu wangu.'"

Kuunga mkono ukweli huu, aya ifuatayo ya Qur'ani inakiri kwamba Muhammad hakuwa na ufahamu wa Ufunuo wala Imani kabla ya kuitwa kwake kudaiwa. Allah mwenyewe alisema:

Surah 42:52: *"Na vivyo hivyo tumekufunulia kwa Amri yetu; hukujua kabla Ufunuo ni nini wala Imani ni nini."* (Yusuf Ali)

Al-'Uzza alikuwa mmoja wa miungu wa kike waliokuwa wakiabudiwa na wapagani wa Kiquraysh. Wakati Muhammad alikuwa mzao wa moja kwa moja wa waabudu sanamu, Musa na Yesu walitoka katika familia zilizokuwa waabudu wa kweli wa Mungu wa kweli. Na wote wawili walizaliwa katika Kizazi cha Kinabii.

Yesu alikuwa mzao wa Abrahamu kupitia ukoo wa Isaka na Yakobo. Nasaba yake imerekodiwa wazi katika Biblia, ikimuunganisha na Abrahamu, Isaka, na Yakobo. (**Mathayo 1:1-17**). Baada ya Mungu wa kweli kuchagua kila nabii mmoja mmoja kutoka miongoni mwa waabudu wa Mungu wa Abrahamu, Isaka, na Yakobo, je, Mungu huyo angeamua sasa kumchagua mwabudu sanamu kutoka familia ya kipagani kama nabii wake wa mwisho? Hatufikiri hivyo.

Waislamu hawawezi kumthibitisha Muhammad kama Nabii wa kweli bila kupinga maneno ya Allah katika **Surah 29:27**. Ikiwa Waislamu wanamthibitisha Muhammad kama Nabii wa kweli, basi **Surah 29:27** inakuwa uongo. Hii inafanya Qur'ani kuwa ya uongo na kuiondoa sifa yake kama Neno la Mungu. Kwa upande mwingine, ikiwa Qur'ani ni ya kweli basi Muhammad anakataliwa moja kwa moja kama Nabii wa Mungu wa kweli. Katika hali zote, Uislamu ni uongo.

Kwa hiyo, ikiwa Waislamu kweli wanathamini wokovu wao wa milele, wanapaswa kumgeukia yule mwenye sifa za kuwa Nabii wa kweli. Waislamu wanapaswa kumgeukia Yesu. Na hii ina maana ya kuacha Uislamu. **Uislamu unasimama na kuanguka juu ya sifa za Muhammad. Na Uislamu wenyewe unamkataa kama Nabii wa Mungu wa kweli.**

MUHAMMAD ALIAMINI ALIPAGAWA

Muhammad alipokea wito wake katika giza la pango. Hitimisho lake la haraka lilikuwa kwamba roho iliyomletea aya za kwanza za Qur'an ilikuwa ni nguvu ya kishetani. Kwa hivyo, ni muhimu sana kuanza tathmini yetu ya Uislamu kwa kuchunguza jinsi Muhammad alivyoitwa kuwa Nabii wa Allah.

📖 **Sahih Bukhari, Juzuu ya 1, Kitabu cha 1, Hadithi Na. 3:**

Mtume alisema:

"Malaika alinidaka (kwa nguvu) na kunikandamiza kwa nguvu kiasi kwamba sikuweza kuvumilia tena. Kisha akaniachia na kuniambia tena, 'Soma!' Nikajibu, 'Sijui kusoma.' Kisha alinidaka tena kwa mara ya pili na kunikandamiza kwa nguvu hadi sikuweza kuvumilia tena. Kisha akaniachia na kuniambia tena, 'Soma!' Lakini tena nikajibu, 'Sijui kusoma (au nisome nini?).' Kisha alinidaka kwa mara ya tatu na kunikandamiza kwa nguvu, kisha akaniachia na kusema:

Soma kwa jina la Mola wako Mlezi, aliyekuumba. Amemuumba mwanadamu kwa pande la damu. Soma! Na Mola wako Mlezi ni Karimu Zaidi." (Qur'an 96:1-3)

Baada ya tukio hilo, Muhammad alirudi akiwa na hofu kubwa, moyo wake ukidunda kwa kasi. Kisha akamwendea Khadija binti Khuwailid na kusema: *"Nifunikeni! Nifunikeni!"* Wakampamba hadi hofu ilipompungua. Baada ya hapo, alimweleza Khadija kila kitu kilichotokea na akasema: *"Ninaogopa kwamba jambo fulani baya litanipata."* Khadija alijibu: *"La! Kwa Allah, Allah hatakuaibisha kamwe. Wewe unadumisha mahusiano mazuri na jamaa zako, unawasaidia masikini na wahitaji, unakaribisha wageni kwa ukarimu, na unawasaidia wanaokumbwa na maafa."*

Jambo lenye kutisha sana lazima lilitokea ndani ya pango hilo. Muhammad alirudi kwa mkewe akiwa na hofu kuu. Alimwambia Khadija: *"Ninaogopa kwamba jambo fulani baya litanipata."* Na kama vile watoto wanavyojifunika na blanketi wanapokuwa na hofu, Muhammad alimsihi mkewe amfunike. Hakuwa tayari kukabiliana tena na kilichomsababishia hofu hiyo.

Mguso wa ghafula kutoka kwa kile kilichojidhihirisha kwenye pango haukuwa wa kiungu bali wa kishetani. Muhammad mwenyewe alishawishika kwamba roho iliyozungumza naye ilikuwa pepo waovu. Kwa kweli, Muhammad alikuwa mtu wa kwanza kutilia shaka uhalali wa ufunuo alioupokea kutoka kwa Allah katika Pango la Hira. Hakuna Nabii mwingine wa Mungu aliyewahi kupata tukio la aina hii.

MUHAMMAD ALITAKA KUJIUA

Baada ya kukutana na roho ya kutisha na ya vurugu, Muhammad alipatwa na huzuni kubwa sana. Alifikiria kujiua. Ni jambo la kushangaza kabisa kwamba Nabii wa Mungu angeweza kusukumwa hadi kwenye mawazo ya kujiua baada ya kupokea ufunuo kutoka kwa Mungu.

Ibn Ishaq ni mmoja wa waandishi wa wasifu wa awali kabisa wa Muhammad. Kitabu chake kinachojulikana kama **"Sirat Rasul Allah"** ni cha lazima kwa yeyote anayejifunza maisha ya Muhammad na kinatumika sana katika vyuo vikuu maarufu vya Kiislamu kama Chuo Kikuu cha Al-Azhar huko Cairo. Kitabu hiki kinafichua hofu na hali ya huzuni kali aliyokuwa nayo Muhammad baada ya kukutana na roho huyo katika Pango la Hira:

"Basi nikaisoma (wahyi huo), na akaniacha. Kisha nikaamka kutoka usingizini mwangu, na ilikuwa kana kwamba maneno haya yaliandikwa moyoni mwangu. Sasa hakuna kiumbe cha Mungu aliyekuwa mwenye kuchukiza kwangu kama mshairi au mtu aliyepagawa: sikuweza hata kuwaangalia. Nikafikiria, *'Ole wangu! Je, nimepagawa au nimekuwa mshairi? Quraysh hawapaswi kusema hivyo kunihusu! Nitapanda juu ya mlima na kujitupa chini ili niue nafsi yangu na nipate pumziko.'*" (Ibn Ishaq, uk. 106)

Ndiyo, umesoma sahihi. Baada ya tukio lake na roho aliyokutana naye pangoni, Muhammad aliamini kwamba alikuwa amepagawa na pepo mchafu. Na akaanza kufikiria kujiua. Hili halikuwa tukio la mara moja. Muhammad alijaribu kujiua mara kadhaa kwa miaka mingi.

🕮 Sahih Bukhari, Kitabu cha 9, Juzuu ya 87, Hadithi Na. 111:

"Lakini baada ya siku chache Waraqa alifariki na Ufunuo wa Kimungu ukasimama kwa muda. Mtume akawa na huzuni kubwa kama tulivyosikia, hata alifikiria mara kadhaa kujitupa kutoka juu ya milima mirefu. Na kila mara alipofika juu ya mlima kwa lengo la kujitupa chini, Jibril alimtokea na kusema, *'Ewe Muhammad! Hakika wewe ni Mtume wa Allah kwa kweli.'* Ndipo moyo wake ulitulizwa, akawa mtulivu na kurudi nyumbani. Na kila kipindi cha ufunuo kiliponyamaza kwa muda mrefu, alifanya kama alivyofanya hapo awali, lakini alipofika juu ya mlima, Jibril alimtokea tena na kusema maneno yale yale aliyoyasema awali."

Waislamu wengi hawajui kwamba Muhammad alijaribu kujiua. Na ni wazi kwamba wasomi wachache wa Kiislamu wangependa kufundisha jambo hili kwa sababu linaweza kuharibu heshima ya Muhammad kama Nabii. Inaleta mashaka juu ya uhalali wa kile anachodai kuwa ni uzoefu wake wa kinabii.

Baadhi ya wasomi wa Kiislamu wanadai kwamba mshtuko wa uzoefu huu ulimfanya Muhammad kujaribu kujiua. Hili ni uongo wa wazi. Mshtuko wa awali wa tukio hilo ungepotea baada ya siku chache au wiki chache. Lakini kwa nini Muhammad aliendelea kujaribu kujiua hata baada ya kipindi kirefu kupita?

Nabii wa kweli angeweza kumgeukia Mungu kwa faraja badala ya kufikiria kumaliza maisha yake. Nabii anayejaribu kujiua mara kadhaa hawezi kuwa Nabii wa Mungu wa kweli. Waislamu waaminifu wanapaswa kulizingatia hili kwa makini.

Ukweli ni kwamba ufunuo wa kwanza kabisa aliopokea Muhammad – mbegu ambayo Uislamu ulianza kuota – ulifanyika katikati ya tukio lenye vurugu na giza la kukutana na roho isiyojulikana katika pango. Na msingi wa Uislamu unajengwa juu ya tukio hili la kutisha na lenye hofu.

Je, Biblia Ilimkana Mtume Paulo Kama Qur'an Ilivyomkana Muhammad?

Swali hili linahitaji uchambuzi wa kina wa maandiko matakatifu ili kuelewa kama kweli Biblia ilimkana Mtume Paulo kama vile Qur'an inavyomkana Muhammad. Ili kufanikisha hili, tutaangalia jinsi Biblia inavyomueleza Paulo na jinsi Qur'an inavyomzungumzia Muhammad, kisha tulinganishe matokeo.

---

1. PAULO KATIKA BIBLIA

Mtume Paulo alikuwa mmoja wa mitume muhimu zaidi katika Agano Jipya. Alikuwa Myahudi wa kabila la Benyamini na awali alikuwa mpinzani wa Ukristo kabla ya kubadilika na kuwa mtume wa Injili. Biblia inamzungumzia Paulo kwa njia mbalimbali, na sehemu hizi zinathibitisha utume wake:

(a) Paulo Aliitwa Moja kwa Moja na Yesu Kristo

Paulo hakujitangaza kuwa mtume kwa hiari yake, bali Yesu Kristo mwenyewe ndiye aliyemwita. Katika **Matendo 9:3-6**, tunasoma tukio la Paulo alipokutana na Yesu akiwa njiani kwenda Damasko:

"Ikawa alipoendelea katika safari yake, alipokaribia Damasko, ghafula nuru kutoka mbinguni ikamulika

kumzunguka. Akaanguka chini, akasikia sauti ikimwambia, 'Sauli, Sauli! Mbona unanitesa?' Akasema, 'Wewe ni nani, Bwana?' Akajibu, 'Mimi ni Yesu unayenitesa. Lakini inuka, ingia mjini, nawe utaambiwa yakupasayo kufanya.'"

Hii inaonyesha kuwa Yesu Kristo mwenyewe alimchagua Paulo kuwa mtume wake kwa mataifa.

(b) Paulo Alipewa Agizo la Kiutume

Katika **Matendo 13:2-3**, Roho Mtakatifu alimtenga Paulo kwa kazi ya kiutume:

"Walipokuwa wakimwabudu Bwana na kufunga, Roho Mtakatifu akasema, 'Nitengeeni Barnaba na Sauli kwa kazi ile niliyowaita.' Ndipo wakiisha kufunga na kuomba, wakaweka mikono yao juu yao, wakawaacha waende."

Hii inathibitisha kuwa utume wa Paulo ulikuwa wa kimungu na si wa kibinadamu.

(c) Mitume Wengine Walimkubali Paulo

Katika **Wagalatia 2:9**, mitume Petro, Yakobo na Yohana walimkubali Paulo kama mtume wa Mataifa:

"Nao Yakobo na Kefa na Yohana, walioonekana kuwa nguzo, walipotambua neema niliyopewa, walitupa mkono wa ushirika mimi na Barnaba, ili sisi twende kwa Mataifa, na wao kwa tohara."

Hili linathibitisha kuwa mitume wa Yesu walimkubali Paulo kama mtume wa kweli wa Injili.

---

2. MUHAMMAD KATIKA QUR'AN

Tofauti na Paulo, Muhammad hakuwahi kutajwa moja kwa moja katika Maandiko ya Biblia kama nabii au mtume wa Mungu. Hata hivyo, Qur'an yenyewe inathibitisha kuwa Muhammad hakuwa na miujiza wala uthibitisho wa utume wake:

(a) Qur'an Inakataa Kuwa Muhammad Alifanya Miujiza

Katika **Surah 29:50**, Waislamu wanakiri kuwa Muhammad hakuwa na miujiza:

"Na wakasema, 'Mbona hakuteremshiwa miujiza kutoka kwa Mola wake?' Sema, 'Hakika miujiza iko kwa Mwenyezi Mungu tu, nami ni mwonyaji tu mwepesi.'"

Hii inathibitisha kuwa Muhammad hakuwa na uthibitisho wa kimungu wa utume wake kama Paulo alivyokuwa.

(b) Muhammad Alisema Kuwa Yeye Ni Mwonyaji Tu

Katika **Surah 13:7**, Qur'an inasema:

"Na walio kufuru husema, 'Mbona hakuteremshiwa muujiza kutoka kwa Mola wake?' Wewe si mwonyaji tu, na kila watu wana mwongozi wao."

Hii inaonyesha kuwa Muhammad hakutumwa na Mungu kufanya miujiza, bali alikuwa tu "mwonyaji," tofauti na Paulo ambaye alifanya miujiza kama uthibitisho wa utume wake.

(c) Muhammad Hakujua Hatima Yake

Katika **Surah 46:9**, Muhammad mwenyewe anakiri kwamba hana uhakika wa hatima yake:

"Sema: Mimi si kitu kipya katika mitume, wala sijui kitakachonipata mimi wala nyinyi..."

Tofauti na Paulo, ambaye alikuwa na uhakika wa wokovu wake na wa waumini wote (2 Timotheo 4:7-8), Muhammad hakujua hatima yake.

---

3. MUHAMMAD ALIKATAA USHUHUDA WA PAULO

Katika **Surah 2:136**, Qur'an inasema kuwa Waislamu wanapaswa kuamini mitume wote waliotangulia:

"Semeni: Tumemuamini Mwenyezi Mungu na yale tuliyoteremshiwa sisi, na yaliyo teremshwa kwa Ibrahim, na Ismail, na Is-hak, na Yakobo, na wajukuu zake, na

waliyopewa Musa na Isa, na pia waliyopewa manabii wengine kutoka kwa Mola wao Mlezi; hatutofautishi baina ya yeyote katika hao, na sisi tumesilimu kwake."

Hii inapaswa kumaanisha kuwa Waislamu wanapaswa kuamini mafundisho ya Paulo pia, kwa kuwa alikuwa mmoja wa mitume waliotumwa na Mungu kwa mataifa. Lakini kwa kushangaza, Waislamu wengi wanamkataa Paulo kwa sababu tu mafundisho yake yanapingana na Qur'an.

4. TOFAUTI KUU KATI YA PAULO NA MUHAMMAD

Kigezo	Mtume Paulo	Muhammad
Alipokea wito wa kinabii kutoka kwa nani?	Yesu Kristo mwenyewe (Matendo 9:3-6)	Roho isiyojulikana katika pango (Sahih Bukhari 1:3)
Alifanyiwa muujiza kuthibitisha utume wake?	Ndiyo, alifanya miujiza mingi (Matendo 19:11-12)	Hapana, Qur'an inakataa (Surah 29:50)
Mitume wengine walimkubali?	Ndiyo, Petro, Yakobo na Yohana walimkubali (Wagalatia 2:9)	Hapana, Watu wa Maka walimkataa (Surah 25:41)
Alikuwa na hakika ya wokovu wake?	Ndiyo, alisema, "Nimevipiga vita vilivyo vizuri" (2 Timotheo 4:7-8)	Hapana, alisema hajui hatima yake (Surah 46:9)
Alifundisha injili ya wokovu kwa neema?	Ndiyo, alifundisha wokovu kwa neema kupitia Kristo (Waefeso 2:8-9)	Hapana, alifundisha wokovu kwa matendo na jihadi (Surah 9:111)

HITIMISHO LA UCHUNGUZI

Biblia haijawahi kumkataa Mtume Paulo. Kinyume chake, Paulo alikubaliwa na Yesu Kristo mwenyewe, mitume wengine, na alifanya miujiza kuthibitisha utume wake. Mafundisho yake yameandikwa katika sehemu kubwa ya Agano Jipya na yanaungwa mkono na ushahidi mwingi wa kihistoria na wa kiroho.

Kwa upande mwingine, Qur'an haimkubali Muhammad kama mtu aliyekuwa na miujiza yoyote ya kinabii, wala haijathibitisha kuwa alikuwa nabii wa kweli wa Mungu. Badala yake, Muhammad mwenyewe alikiri hakuwa na miujiza na hakujua hatima yake, tofauti na Paulo aliyekuwa na hakika ya wokovu wake.

Kwa hivyo, si sahihi kusema kuwa Biblia ilimkana Paulo kama Qur'an ilivyomkana Muhammad, kwani Biblia inamhakikishia Paulo kama mtume wa kweli wa Mungu, wakati Qur'an yenyewe inashindwa kuthibitisha utume wa Muhammad.

SURA YA 02

QUR'ANI INATHIBITISHA KWAMBA MUHAMMAD YUKO JEHANAMU

Uislamu unasimama na kuanguka juu ya mtu wa Muhammad. Mfumo mzima wa Uislamu umejengwa juu ya imani kwamba Muhammad alikuwa nabii mkuu wa Mungu. Kwa hivyo, Waislamu kwa kawaida wanatarajia kwamba Allah angemfufua Muhammad na kumpeleka moja kwa moja katika Pepo ya milele mara tu baada ya kifo chake.

Hata hivyo, huenda ikawa mshtuko mkubwa kwao kujifunza kwamba kulingana na Hadithi sahihi zaidi katika Ulimwengu wa Kiislamu, na kuthibitishwa na aya katika Qur'ani, nabii wao mpendwa yuko Jehannamu. **Ndiyo! Qur'ani ya Allah isiyo na dosari inaeleza wazi kwamba Muhammad yuko Jehannamu pamoja na wafuasi wake**

waaminifu waliokufa. Na jambo linalowasumbua zaidi Waislamu leo ni ukweli kwamba hatima hiyo hiyo inawangoja wao pia.

Haifikiriki? Sasa tutazingatia ushahidi kutoka kwa Qur'ani na vyanzo sahihi vya Kiislamu kuthibitisha hoja yetu.

Sahih Bukhari, Juzuu ya 1, Kitabu cha 12, Hadithi Namba 770:

Abu Huraira alipokea kutoka kwa Mtume wa Allah kwamba watu walimuuliza:

"Ewe Mtume wa Allah! Je, tutamwona Mola wetu Siku ya Kiyama?"

Alichowajibu:

"Je, mna shaka yoyote katika kuona mwezi mpevu katika usiku wa mbingu safi isiyo na mawingu?"

Wakasema:

"Hapana, Ewe Mtume wa Allah!"

Akasema:

"Je, mna shaka yoyote katika kuona jua wakati hakuna mawingu?"

Wakasema:

"Hapana."

Kisha akasema:

"Nanyi mtamwona Allah wenu kwa njia hiyo hiyo."

Siku ya Kiyama, watu watakusanywa, na Allah atawaambia wafuate yale waliyoabudu. Wengine watafuata jua, wengine watafuata mwezi, na wengine watafuata miungu mingine. Na **taifa hili la Waislamu ndilo litakalobaki pamoja na wanafiki wake.**

Allah atawajia na kuwaambia:

"Mimi ni Mola wenu."

Watasema:

"Tutabaki hapa mpaka Mola wetu aje kwetu, na tutakapomwona Mola wetu, tutamtambua."

Kisha Allah atawajia tena na kuwaambia: **"Mimi ni Mola wenu."**

Watamwambia:

"Wewe ndiye Mola wetu."

Allah atawaita, na **Daraja la As-Sirat litapangwa juu ya Jehannamu** na **mimi (Muhammad) nitakuwa wa kwanza miongoni mwa Mitume kuvuka daraja hilo pamoja na wafuasi wangu.** Hakuna yeyote isipokuwa Mitume atakayekuwa na uwezo wa kusema, na watasema: **"Ewe Allah! Tuokoe! Ewe Allah! Tuokoe!"**

Kutakuwa na ndoano (vishikizo) vyenye ncha kali kama miiba ya mti wa Sa'dan ndani ya Jehannamu.

Mtume wa Allah akauliza:

"Je, mmeona miiba ya mti wa Sa'dan?"

Watu wakasema:

"Ndio."

Akasema:

"Ndoano hizi zitakuwa kama miiba ya Sa'dan lakini hakuna yeyote anayejua ukubwa wake isipokuwa Allah. Ndoano hizi zitawakamata watu kulingana na matendo yao; baadhi yao wataanguka na kubaki Jehannamu milele. Wengine wataadhibiwa (watararuliwa vipande vidogo vidogo) na baadaye watatolewa Jehannamu, mpaka pale Allah atakapokusudia kuwaonyesha rehema wale anaowataka miongoni mwa watu wa Jehannamu.

Malaika watawatoa Jehannamu kwa kuwajua kupitia **alama za kusujudu**, kwa kuwa Allah amekataza Moto wa Jehannamu kula sehemu hizo za mwili. Hivyo, **wataondolewa Motoni wakiwa mifupa mitupu.**

Kisha **Maji ya Uzima yatamwagwa juu yao, na kwa matokeo, wataanza kuota tena kama mimea inavyoota kando ya maji yanayotiririka...**"

Muhammad Yuko Jehannamu

Hadithi hii inathibitisha wazi kwamba Muhammad alikuwa miongoni mwa wale walioingia Jehannamu. Qur'ani pia inaunga mkono hili kwa kusema kwamba **Allah atawatumbukiza wale wote waliokuwa waasi na waliofuata njia mbaya ndani ya Moto wa Milele.**

Ikiwa Muhammad mwenyewe alitangaza kwamba atakuwa wa kwanza kuvuka Daraja la As-Sirat lililowekwa juu ya Jehannamu, hii inamaanisha kwamba **aliingia Jehannamu kabla ya kutoka.**

Na kama baadhi ya wafuasi wake wanabaki humo milele, basi inamaanisha kwamba njia aliyowafundisha haikuwa ya wokovu wa kweli!

Hili linapaswa kuwa **onyo kali kwa Waislamu**—kwamba hatima yao ni **Jehannamu kama watamfuata Muhammad.** Suluhisho la pekee kwao ni **kumgeukia Yesu Kristo, ambaye pekee ndiye Njia, Kweli, na Uzima. (Yohana 14:6)**

Waislamu wengi hawana maarifa ya dini yao. Wengi watakaosoma maelezo haya wanaweza kupata mshtuko mkubwa. Ingawa jambo hili linashangaza, bado linatokana na mafundisho ya kweli ya Uislamu. Hakuna utata wowote katika maana ya Hadithi hii. Kulingana na mafundisho ya wazi ya Hadithi hii, Muhammad alishuka moja kwa moja katika Jehannamu baada ya kifo chake. Hakupaa kwenda Pepo ya mbinguni kama Waislamu wanavyodai. Kwa sasa hivi, Muhammad yuko Jehannamu akisubiri kuokolewa na Allah.

Hadithi inaendelea kueleza kwamba **"daraja" (As-Sirat) litawekwa juu ya Jehannamu** kwa ajili ya waumini waaminifu kuponyoka kutoka humo **katika "Siku ya Hukumu."** Na Hadithi inaeleza wazi kwamba **Muhammad atakuwa miongoni mwa "wa kwanza kuipitia" pamoja na wafuasi wake.** Kwa kuwa **daraja hili linawekwa juu ya Jehannamu, Muhammad lazima awe ndani ya**

Jehannamu ili aweze kutoka katika mahali hapo pa moto kupitia daraja hilo.

"Siku ya Kiyama" au **"Qiyamah"** inahusu **"Wakati wa Mwisho."** Hii inamaanisha kuwa, hata unapoisoma makala hii, **Muhammad bado yuko Jehannamu akisubiri kuokolewa.** Hata Waislamu waaminifu wanaoswali mara kwa mara **watachomwa na moto wa Jehannamu, huku alama zao za kusujudu zikiwa hazitaathirika.** Hadithi iliyo hapo juu inaonyesha kuwa **miili ya Waislamu waliomo Jehannamu itateketezwa na moto.**

"Wakati huo – yaani Siku ya Kiyama – watatoka Motoni wakiwa mifupa mitupu."

Kwa **kufuatana kabisa na mafundisho ya Hadithi hii**, Qur'ani pia inasema kuwa **Waislamu wote – kila mmoja wao – atapelekwa Jehannamu.**

Surah 19:71:

"Ni hukumu isiyoepukika ya Mola wako kwamba kila mmoja wenu ataingizwa Jehannamu." (Sarwar)

"Hakuna hata mmoja wenu ambaye hataingia katika mipaka ya Jehannamu." (Dawood)

Na aya inayofuata inasema:

Surah 19:72:

"Kisha (Thumma) Tutawaokoa wale waliokwepa uovu, na kuwaacha waovu wakiwa wameinama humo." (Pickthall)

"Baada ya hapo (Thumma) tutawaokoa wale waliokuwa waumini wa kweli, lakini tutaacha waovu humo wakiwa wameinama." (Sale)

Neno la Kiarabu **"Thumma"** (Kisha au Baada ya hapo) lililotumika katika aya hii ya Qur'ani linaonyesha wazi kuwa kuna **utaratibu wa matukio. Kwanza kuingia Jehannamu, kisha kuokolewa kutoka humo.**

Angalia kwa makini maneno ya **Surah 19:72** kuhusu Waislamu waaminifu waliotumwa Jehannamu:

"Tutawaokoa wale waliokwepa uovu, na kuwaacha waovu wakiwa wameinama humo."

Mtu "**huokolewa**" tu ikiwa **yuko katika hatari fulani.** Hata hivyo, operesheni hii ya uokoaji **itafanyika tu katika "Siku ya Hukumu."** Mpaka wakati huo – **kwa karne nyingi – Waislamu waaminifu watateketezwa na moto wa Jehannamu. Sehemu pekee za miili yao zitakazosalia ni alama nyeusi kwenye vipaji vya nyuso zao kutokana na miaka mingi ya kusujudu kwa Allah.** Hiki ndicho **"zawadi" ya Allah kwa maombi yao ya kila siku kwake.**

Sahih Muslim, Kitabu cha 001, Hadithi Namba 0349:

"(Malaika) watawatambua ndani ya Moto kwa alama za kusujudu, kwa kuwa moto wa Jehannamu utateketeza kila kiungo cha wanadamu isipokuwa alama za kusujudu. Allah amekataza moto kula alama hizo za kusujudu. Watachukuliwa kutoka Jehannamu wakiwa wameungua, na maji ya uzima yatamiminwa juu yao, kisha wataota upya kama mmea unavyochipuka kwenye udongo wenye rutuba uliobebwa na mafuriko."

Tafsiri ya Al-Jalalayn juu ya Surah 19:71 inatoa ufafanuzi muhimu kuhusu maana ya aya hii:

Surah 19:71:

"Hakuna hata mmoja wenu ila atapita humo (Jehannamu): Hii ni hukumu isiyoepukika kwa Mola wako."

- **"Hakuna hata mmoja"** inamaanisha kuwa **hakutakuwa na yeyote anayepata msamaha.**
- **"Wenu"** inamaanisha **watu wote.**
- **"Ila atapita humo"** inamaanisha **kuingia Jehannamu.**

- **"Hukumu isiyoepukika"** inamaanisha **ni jambo la hakika na ni hukumu ambayo Allah hataiondoa.**

(**Imetafsiriwa kutoka Kiarabu**) Chanzo: http://www.al-islam.com.

Tafsiri ya Ibn Kathir juu ya Surah 19:71 inasisitiza zaidi juu ya hakika ya Waislamu wote kuingia Jehannamu:

Surah 19:71:

"Hakuna hata mmoja wenu ila atapita humo (Jehannamu): Hii ni hukumu isiyoepukika kwa Mola wako."

Imam Ahmad amesimulia kwamba **Sulaiman Ibn Harb** amesimulia kutoka kwa **Khalid Ibn Sulaiman**, aliyesimulia kutoka kwa **Kathir Ibn Ziad Al-Barsani**, aliyesimulia kutoka kwa **Abu Sumaya**, aliyesema:

*"Tulitofautiana kuhusu maana ya 'kupita humo' (wari-duha). Baadhi yetu walidai kwamba hakuna muumini atakayeingia Jehannamu, huku wengine wakisema kuwa watu wote wataingia humo, kisha Allah atawaokoa wale waliotenda mema. Kisha nikakutana na **Jabir Ibn Abdallah**, nikamweleza kuhusu mjadala wetu wa maana ya 'kupita humo,' naye akajibu kwamba, 'Kila mmoja ataingia humo.'"* (**Tafsiri ya Ibn Kathir juu ya Surah 19:71, Imetafsiriwa kutoka Kiarabu**)

Tafsiri nyingine ya Ibn Kathir juu ya Surah 19:71 inaonyesha kuwa Waislamu wanaokanusha "hukumu hii isiyoepukika" ya Allah ni waongo:

Imesimuliwa na Abdel Razak, imesimuliwa na Ibn Ayena, imesimuliwa na Amru, aliyesema kwamba alimsikia Ibn Abbas akibishana na Nafi Ibn Al-Azraq kuhusu maana ya 'kuingia' (Al-wurood).

Ibn Abbas alisema kuwa maana yake ni **"kuingia Jehannamu,"** lakini **Nafi akakataa.**

Ndipo Ibn Abbas akasoma **Surah 21:98:**

"Hakika nyinyi na miungu mliyoabudu badala ya Allah, ni kuni za Jehannamu! Hakika mtaiingia humo (Wardan)."

Akamwuliza:

"Je, waliingia au hawakuingia?"

Kisha Ibn Abbas akasoma **Surah 11:98:**

"Atawatangulia watu wake Siku ya Hukumu, na atawaongoza (Awrada-hum) katika Moto: mahali pabaya mno pa kupelekwa (Al-mawrud)!"

Kisha akasema:

"Je, waliingia au hawakuingia? Kwa hiyo, mimi na wewe sote tutaingia humo, lakini tuone nani ataokolewa kutoka humo. Na sioni Allah akikuokoa kwa sababu unadanganya kuhusu maana yake."

Nafi kisha alicheka.

Imesimuliwa na Ibn Jarir, imesimuliwa na Atta, aliyesema kwamba Abu Rashid Al-Harury (anayejulikana kama Nafi Ibn Al-Azraq) alisema, "Waumini hawatasikia mlio wa Jehannamu."

Lakini Ibn Abbas alimjibu:

"Ole wako! Je, wewe ni mwendawazimu?

Vipi kuhusu aya ya Allah katika Surah 11:98?

"Atawatangulia watu wake Siku ya Hukumu, na atawaongoza (Awrada-hum) katika Moto."

Na pia aya hii katika Surah 19:86?

"Na Tutawafukuza wakosefu kuelekea Jehannamu wakiwa wameinama (Wirdan)."

Na pia aya hii katika Surah 19:71?

"Hakuna hata mmoja wenu ila atapita humo (Waridu-ha)."

Kisha akaongeza:

"Wallahi, dua ya waliotutangulia ilikuwa: 'Ee Allah, nitoe katika Moto wa Jehannamu kwa amani na uniruhusu niingie Peponi kwa ushindi.'"

(**Tafsiri ya Ibn Kathir juu ya Surah 19:71, Imetafsiriwa kutoka Kiarabu**)

Chanzo: Wizara ya Mambo ya Kiislamu, Saudi Arabia.

Ibn Abbas (618 BK – 687 BK) alikuwa binamu wa Mtume Muhammad kwa upande wa baba yake.

- Anaheshimiwa sana na Waislamu kwa elimu yake kuhusu Uislamu.
- Alikuwa mtaalamu wa **Tafsir** (ufafanuzi wa Qur'ani), na pia **mamlaka katika Sunnah ya Kiislamu.**
- Alijua vizuri maana ya maneno ya Kiislamu na jinsi yanavyopaswa kutumika.
- Kulingana naye, **Waislamu wote, akiwemo Muhammad, wataingia Jehannamu.**

Qur'ani inatoa maelezo ya jinsi Jehannamu ya Kiislamu ilivyo:

Surah 74:28-30:

"Haitaacha kitu chochote kisichoteketezwa, wala haitamwacha yeyote kutoroka: itachoma nyama za wanadamu: juu yake wamesimama malaika kumi na tisa (waliopewa mamlaka)." (Sale)

Ni jambo la kusikitisha kujifunza kwamba Waislamu wote – hata wale waaminifu – wamepangiwa kuonja moto unaowaka wa Jehannamu ya Kiislamu. Hii ni "hukumu isiyoepukika" ya Allah. Kama Uislamu wenyewe unavyokiri, Muhammad yuko Jehannamu. Lakini vipi kuhusu Yesu Kristo? Uislamu unafunua nini kuhusu hatima ya Yesu mara tu baada ya maisha yake

duniani? Kuhusu Yesu Kristo, Qur'ani yenyewe inashuhudia:

Surah 4:158:

"Lakini Allah alimwinua (Yesu) juu kwake, naye yuko mbinguni." (Hilali-Khan)

Na vipi kuhusu wafuasi wa Yesu Kristo? Kuhusu wafuasi wa kweli wa Yesu Kristo, Qur'ani inasema:

Surah 3:55:

"Tazama! Allah alisema: 'Ewe Yesu! Nitakufisha na kukunyanyua kwangu, na nitakutakasa na uwongo wa wale wanaokufuru; nami nitawafanya wale wanaokufuata kuwa wa juu zaidi ya wale wanaokufuru mpaka Siku ya Kiyama." (Yusuf Ali)

Tafsiri nyingine inaeleza hivi:

Allah alisema: "Ewe Yesu! Nakuondoa (kutoka kwenye utume wako) na kukunyanyua kwangu. Nitakutakasa na wale waliokukataa na nitawainua wafuasi wako juu ya makafiri mpaka Siku ya Kiyama; kisha kwangu ndiko marejeo yenu, nami nitahukumu yale mliyokuwa mkihitalifiana kwayo." (F. Malik)

Wafuasi wa Yesu Kristo ni Wakristo. Hili ni tamko la kina sana katika Qur'ani. Linathibitisha **ubora wa wale wanaomfuata Yesu Kristo.** Haijasema kuwa **wale wanaoamini** Yesu watafanywa kuwa wa juu, bali wale wanaomfuata. Hii ina maana kwamba haizungumzii wale ambao ni **Wakristo kwa jina tu**, bali wale ambao **ni wafuasi wake wa kweli**. Hao ndio **watakaoinuliwa**.

Wanainuliwa kwa sababu ya **utii wao waaminifu kwa mafundisho ya kweli ya Kristo kama yalivyo katika Biblia Takatifu.** Hebu tuchambue aya hii ya Qur'ani kwa undani zaidi.

Uchambuzi wa Surah 3:55

Kulingana na aya hii ya Qur'ani:

☑ **Wakristo watawekwa "juu" au kufanywa "bora" mpaka Siku ya Kiyama.**

☑ **"Siku ya Kiyama"** au **"Qiyamah"** inahusu **"Wakati wa Mwisho."**

Kwa Wakristo **kuwekwa juu** hadi mwisho wa nyakati, mambo haya lazima yatimie:

1 **Kwa imani ya kweli ya Kikristo kuwepo duniani hadi mwisho wa nyakati, Wakristo wa kweli lazima waendelee kuwapo duniani hadi wakati huo.**
2 **Kwa Wakristo wa kweli kuendelea kuwapo hadi mwisho wa nyakati, lazima wawe na uhusiano sahihi na Mungu.**
3 **Kwa Wakristo kuwa na uhusiano sahihi na Mungu hadi mwisho wa nyakati, lazima waongozwe kwa haki.**
4 **Kwa Wakristo kuongozwa kwa haki hadi mwisho wa nyakati, Biblia ambayo wako nayo lazima ibaki kuwa ya kweli.**
5 **Kwa Biblia kubaki ya kweli hadi mwisho wa nyakati, lazima ibaki bila kubadilishwa na haina ufisadi wowote.**
6 **Ni kwa njia hiyo tu, Wakristo wanaweza kuwa na uhusiano wa haki na Mungu na kuwekwa juu hadi "Siku ya Kiyama."**

Surah 3:55 ni ushahidi mkubwa katika Qur'ani kwamba Biblia Takatifu iliyo mikononi mwetu leo ni Neno la Mungu lisiloharibiwa.

Haitakuwa na maana kusema kwamba Wakristo wa kweli watafanywa "wa juu zaidi ya makafiri hadi Siku ya Kiyama" ikiwa mafundisho yao yangekuwa ya uongo au Biblia yao imebadilishwa.

Ikiwa Qur'ani inathibitisha kwamba **wafuasi wa Yesu Kristo watafanywa kuwa wa juu mpaka mwisho wa nyakati, basi kila hatua iliyoelezwa hapo juu lazima itimie kwa usahihi kama ilivyosemwa.**

Na hii **inalazimu Biblia Takatifu iliyo mikononi mwetu leo kuwa sahihi na isiyoharibiwa.**

Aya ya Qur'ani iliyonukuliwa hapo juu inathibitisha bila shaka kwamba **Biblia Takatifu inatosha kikamilifu kwa ajili ya wokovu wa Mkristo, sasa na hata milele.** Kwa hivyo, tunaweza kuwa na uhakika kwamba mafundisho ya Biblia **yatasalia kuwa mwongozo wa mamlaka kwa wanadamu kwa umilele wote.**

Kwa hivyo, madai kwamba Qur'ani ilitumwa kuchukua nafasi ya Biblia au kwamba Biblia imepotoshwa ni **uongo wa makusudi ulioandaliwa na Waislamu.** Kuhusu Biblia Takatifu, imeandikwa:

2 Timotheo 3:16-17:

"Andiko lote limevuviwa na Mungu, tena lafaa kwa mafundisho, kwa kuwaonya watu makosa yao, kwa kuwaongoza katika njia sahihi, na kwa kuwaelekeza katika haki; ili mtu wa Mungu awe mkamilifu, na aliye tayari kwa kila kazi njema."

Ikiwa Biblia **ina uwezo wa kutoa maarifa kamili ya wokovu kwa Wakristo, je, tungehitaji kitabu kingine kutuonyesha ukweli kuhusu Mungu?**

Viongozi wa Kiislamu huwakataza wafuasi wao kusoma Biblia. Waislamu watafanya vyema **kuzingatia mafundisho ya Biblia, kwa kuwa wokovu wao wa milele unategemea hilo.** Njia ya wokovu haiwezi kupatikana katika njia inayokuongoza **kwenda Jehannamu, hata kwa muda mfupi.**

Yesu Atarudi Duniani Kurejesha Ibada ya Kweli

Ni jambo la kushangaza kuona kwamba Qur'ani na Hadithi zote zinathibitisha kuwa Yesu atarudi duniani kurejesha ibada ya kweli.

Surah 43:61:

“Matukio yajayo huashiria yanayokuja mbele, na vivyo hivyo Isa (Yesu) ambaye kurejea kwake duniani kutakuwa ishara ya hukumu inayokaribia na kwamba Saa ya Mwisho iko karibu sana.” (Al-Muntakhab)

“Na (Yesu) atakuwa Ishara kwa ajili ya kuja kwa Saa ya Hukumu: kwa hivyo, msiwe na shaka kuhusu Saa hiyo, bali nifuateni Mimi: hii ndiyo Njia Iliyonyooka.” (Yusuf Ali)

Hadithi na Tafsiri (Tafsir) za wanazuoni wakubwa wa Kiislamu zinaeleza maana halisi ya aya hii ya Qur’ani:

Sahih Bukhari, Juzuu ya 3, Namba 656:

Imesimuliwa na Abu Huraira:

"Mtume wa Allah alisema, 'Saa ya Hukumu haitafika mpaka mwana wa Mariamu (yaani Yesu) ashuke miongoni mwenu kama mtawala mwadilifu.'"

Tafsiri ya Ibn Abbas:

"Na hakika! Hakika katika kuja kwa Yesu mwana wa Mariamu (kuna maarifa ya Saa), kuna dalili ya kuja kwa Saa ya Hukumu; pia inasemekana kuwa maana yake ni: kuja kwake ni ishara ya kutimia kwa Saa ya Mwisho. (Kwa hiyo, msiwe na shaka juu yake) kwa hivyo, msiwe na shaka kuhusu kuja kwa Saa ya Mwisho, (bali nifuateni Mimi) kwa kuamini Umoja wa Mungu wa kweli.” (*Tanwîr al-Miqbâs min Tafsîr Ibn ‘Abbâs*)

Vyanzo vya Kiislamu vinashuhudia kwamba lengo la kurudi kwa Yesu duniani ni kufuta ukafiri na kutimiza "Siku ya Mwisho."

Katika wakati huo, Muhammad atakuwa wapi?

☑ **Yuko Jehannamu akisubiri kuokolewa.** ☑ **Kwa sasa, Yesu yuko Mbinguni, wakati Muhammad yuko Jehannamu.**

Kwa hiyo, **tofauti kati ya Yesu na Muhammad ni sawa na tofauti kati ya Mbingu na Jehannamu.**

Na **tofauti kati ya Allah na Yehova ni kwamba huku Allah akiwaahidi wafuasi wake "Moto wa Jehannamu," Yehova anawaahidi wote wanaokuja kwake kwa wokovu **"Uzima wa Milele."**

Kwa kusikitisha, Waislamu wengi wamechagua kufuata usomaji wa mtu mmoja asiyejua kusoma na kuandika wa karne ya 7, ambaye kitabu chake ni kinyume kabisa na jinsi Mungu alivyochagua kufunua njia ya wokovu kwa muda wa miaka 1600 kupitia maandiko yaliyoongozwa na manabii wengi na mashahidi wengi katika Biblia Takatifu.

Surah 19:71 lazima iwe ya kusumbua sana kwa Waislamu, ambao wanaweza tu kutazamia hatima ya kwenda Jehannamu mara tu baada ya kifo chao.

Ikiwa **Wakristo wamefanywa kuwa wa juu hadi Siku ya Kiyama**, kama Qur'ani yenyewe inavyothibitisha, **unadhani hatima yao ya mwisho itakuwa wapi?**

Waislamu wanapaswa kufikiria kwa umakini **ni nani wanataka kumfuata**:

☑ **Yule aliye Jehannamu (Muhammad) au yule aliyenyanyuliwa kuwa na Mungu Mbinguni (Yesu Kristo)?**

Na pia lazima **wafikirie ni nani wanataka kumwabudu**:

☑ **Allah anayewaahidi "Moto wa Jehannamu," au Yehova anayewaahidi "Uzima wa Milele"?**

Allah, Muhammad, Uislamu, na Qur'ani **vinasema wazi kwamba "Moto wa Jehannamu" ni hakika kwa Waislamu wote.**

Hata hivyo, **hili halihitaji kuwa hatima yako.**

Unaweza kuchagua **kumfuata Mungu wa kweli atakayekuonyesha njia ya "Uzima wa Milele."**

Yohana 3:16:

"Kwa maana Mungu aliupenda ulimwengu kiasi cha kumtoa Mwana wake wa pekee, ili kila mtu anayemwamini asipotee, bali awe na uzima wa milele."

Yohana 17:3:

"Hii ndiyo maana ya uzima wa milele, wao wapate kukujua wewe, Mungu wa pekee wa kweli, na Yesu Kristo uliyemtuma."

Zaburi 37:29:

"Wenye haki watairithi dunia, nao watakaa humo milele."

Muhammad alinakili Zaburi hii kutoka katika Biblia Takatifu na kuinukuu kwa sehemu ndani ya Qur'ani bila kuelewa maana kamili ya aya hii:

Surah 21:105:

"Kabla ya haya tuliandika katika Zaburi, baada ya ujumbe uliotolewa kwa Musa: Waja wangu waadilifu watairithi dunia." (Yusuf Ali)

Waislamu wanapaswa kumgeukia Yesu Kristo, aliyesema:

Yohana 11:25:

"Mimi ni ufufuo na uzima. Yeyote anayeniamini, hata kama atakufa, atakuwa hai."

Na Yesu Kristo atakuongoza kwa Mungu wa pekee wa kweli, ambaye jina lake ni Yehova:

Zaburi 83:18:

"Watu wajue kwamba wewe, ambaye jina lako ni Yehova, wewe peke yako ndiye Uliye Juu Zaidi juu ya dunia yote."

SURA YA 03

QUR'ANI INASHUHUDIA KWAMBA MUHAMMAD HAKUFANYA MIUJIZA

Qur'ani ndiyo kitabu pekee katika Uislamu ambacho kimekubaliwa na Waislamu wote kuwa kilifunuliwa na Mungu. Hata hivyo, Qur'ani yenyewe inathibitisha kwamba Muhammad hakufanya miujiza yoyote ya kimiujiza.

Madai kwamba Muhammad alifanya miujiza **hayapatikani katika Qur'ani, bali katika Hadithi.** Hili ni **tatizo kubwa katika Uislamu** kwa sababu ikiwa Muhammad kweli alifanya miujiza kama Waislamu wanavyodai, **tendo hili la kimiujiza lingekuwa limeandikwa katika Qur'ani.**

Badala yake, Qur'ani inafunua kwamba kila wakati Muhammad alipoulizwa na wenzake kufanya miujiza, alikaa kimya au alikiri kuwa hawezi kufanya hivyo kwa sababu alikuwa mtu wa kawaida asiye na nguvu zozote maalum.

Qur'ani ina zaidi ya aya ishirini zinazothibitisha kwamba Muhammad hakuwa na uwezo wa kufanya miujiza.

Uthibitisho wa wazi kabisa wa kukiri kwake unapatikana katika aya zifuatazo za Qur'ani. Tafsiri mbili tofauti za Surah hii zinatolewa hapa chini:

Surah 17:90-93

(Tafsiri ya Khalifa)

Walisema, "Hatutaamini kwako mpaka utufanyie kisima kitiririke kutoka ardhini."

"Au mpaka uwe na bustani ya mitende na mizabibu, yenye mito inayotiririka humo."

"Au mpaka utufanyie vipande vya mbingu vianguke juu yetu kama ulivyodai, au umlete Mungu na malaika mbele ya macho yetu."

"Au mpaka uwe na kasri la kifahari, au upande mbinguni. Na hata ukipanda, hatutaamini mpaka utuletee kitabu tunachoweza kukisoma."

Sema, "Utukufu ni wa Mola wangu! Je, mimi si mtu wa kawaida tu, mjumbe wa Mungu?"

(Tafsiri ya Bilal Muhammad)

Wanasema, "Hatutaamini kwako, mpaka utufanyie kisima kitiririke kutoka ardhini."

"Au mpaka uwe na bustani ya mitende na mizabibu, na ufanye mito itiririke humo kwa wingi wa maji."

"Au mpaka ulete vipande vya mbingu vianguke juu yetu kama unavyodai, au umlete Mungu na malaika mbele yetu ana kwa ana."

"Au mpaka uwe na nyumba iliyopambwa kwa dhahabu, au upande ngazi hadi mbinguni. La, hata hivyo hatutaamini hadi utuletee kitabu tunachoweza kukisoma."

Sema, "Utukufu kwa Mola wangu! Je, mimi si binadamu wa kawaida, mjumbe tu?"

Aya zifuatazo zinathibitisha siyo tu kushindwa kwa Muhammad kufanya miujiza, bali pia zinaonyesha kuwa alikuwa kama mtu wa kawaida asiye na maarifa yoyote ya kipekee:

Surah 10:20

Wale waliokufuru walisema, "Mbona Mola wake hakumpa miujiza ili kuthibitisha madai yake ya kuwa Mjumbe wa Mungu?"

Sema, "(Maarifa) ya mambo yasiyoonekana ni ya Mungu pekee. Ngojeni, nami pia nitangoja pamoja nanyi." (M. Sarwar)

Surah 67:25-26

Wanauliza, "Ahadi hii itatimizwa lini, ikiwa mnasema kweli?"

Sema, "Mungu pekee ndiye mwenye maarifa juu ya hilo, nami si chochote ila ni mwonyaji wa wazi." (W. Khan)

Mara kwa mara, Muhammad alikiri kwamba yeye alikuwa "mjumbe wa onyo tu." Aya ifuatayo ya Qur'ani ni muhimu sana kwa Waislamu kuelewa kwa sababu inatoa sababu kwa nini Muhammad hakuweza kufanya miujiza yoyote. Inafunua kwa uwazi kwamba Muhammad hakuwa katika daraja sawa na wale waliokuwa na uwezo wa kufanya miujiza.

Hii imethibitishwa na sababu yenyewe ambayo Allah alimpa Muhammad kuhusu kwa nini hakuweza kufanya miujiza alipohitajika na wenzake. Allah alisema:

"Muhammad, wewe ni mjumbe wa onyo tu."

Neno **"tu"** linaonyesha wazi kwamba **Muhammad hakuwa na sifa za kufanya miujiza.**

Surah 13:7

Wale waliokufuru walisema, "Kwa nini Mungu hakumpa Muhammad miujiza?"

(Allah akasema): Muhammad, wewe ni mjumbe wa onyo tu. Kwa kila taifa kuna mwongozi wake. (M. Sarwar)

Sababu ya kushindwa kwa Muhammad kufanya miujiza **imeelezwa wazi ndani ya Qur'ani.** Inasema **ni kwa sababu alikuwa "mjumbe wa onyo tu."**

Kwa kusema hivyo, **Qur'ani inasisitiza kwamba kazi ya Muhammad kama "mjumbe wa onyo tu" haikujumuisha kufanya miujiza, kama ilivyokuwa kwa wale waliokuwa na wito wa juu zaidi.**

Na Allah anamwagiza Muhammad kutoa sababu hiyo hiyo kwa wenzake kama maelezo ya kushindwa kwake kufanya miujiza:

Surah 29:50

Wanasema: Kwa nini miujiza haijashushwa juu yake kutoka kwa Mola wake?

Sema: Ishara ni kwa Allah tu, na mimi si chochote ila ni mjumbe wa onyo tu. (Shakir)

Kama inavyoonekana, aya hizi za Qur'ani zinaonyesha wazi kwamba kufanya miujiza hakukuwa sehemu ya kazi ya Muhammad.

Lakini sababu kwanini wenzake wa Kiquraysh walimtaka afanye miujiza ni kwa sababu alikuwa amekiri kwamba Manabii wa kale walitenda miujiza yenye nguvu walipotumwa na Mungu.

Hata hivyo, **Muhammad alifanya kosa kubwa kwa kujilinganisha na Musa na Yesu** – wawili kati ya watenda miujiza wakuu wa historia.

Kwa hivyo, **alipodai kuzungumza kwa jina la Mungu, watu walihitaji uthibitisho wa kiungu.**

Surah 21:5

Wamesema, “Hii (Qur’ani) ni ndoto zisizoeleweka. Yeye ni mshairi tu. Anapaswa kutuonyesha miujiza kama Manabii wa kale walivyofanya.” (M. Sarwar)

Hata ingawa Qur’ani ilifunuliwa kwa lugha yao wenyewe, Waquraysh wa wakati wa Muhammad hawakuvutiwa nayo.

Walikuwa wameapa kwamba **ikiwa Muhammad angefanya "muujiza" mbele yao, wangeamini ujumbe wa Qur’ani.**

Muujiza mmoja tu **ungetosha kuwafanya waamini.**

Surah 6:109

Wanaapa kwa Allah kwamba ikiwa muujiza utatokea kwao, hakika wataamini (katika Kitabu). Sema, "Miujiza yote iko kwa Allah. Je, unaweza kuelewa kwamba hata ikiwa muujiza wa kimwili utakuja kwao, bado watapata visingizio vingine na wasiamini?" (Shabbir Ahmed)

Shinikizo lao la kuhitaji miujiza, na kiapo chao kwamba wangeamini ikiwa muujiza mmoja ungefanywa, lilianza kumpa Muhammad matumaini kwamba Allah atathibitisha utume wake kwa njia ya muujiza.

Alihisi kwamba Allah bila shaka atatuma uthibitisho wa kimiujiza wa unabii wake, ambao ungewafanya wote waliompinga waamini.

Lakini hakuna miujiza iliyokuja.

Na shaka ikaanza kuingia ndani ya moyo wa Muhammad.

Madai kuhusu mashaka ya Muhammad si dhana tu au mawazo ya kubuni. Yamejengwa juu ya ukweli ambao unaweza kuthibitishwa na Qur'ani yenyewe. Aya nyingi za Qur'ani zinaonyesha kwamba Muhammad alipitia hali ya mashaka na wasiwasi wakati ambapo hakuna muujiza uliotokea kutoka kwa Allah ili kuthibitisha utume wake.

Aya inayothibitisha jambo hili kwa uwazi zaidi inapatikana katika aya zifuatazo za Qur'ani:

Surah 10:94-95

(Tafsiri ya Yusuf Ali)

"Ikiwa unayo shaka kuhusu tuliyokufunulia, basi waulize wale wanaosoma Kitabu kabla yako: Hakika, Kweli imeshakujia kutoka kwa Mola wako. Kwa hiyo, usiwe miongoni mwa wenye shaka. Wala usiwe miongoni mwa wanaokataa ishara za Allah, la sivyo utakuwa miongoni mwa waliopotea."

(Tafsiri ya Pickthall)

"Na ikiwa wewe (Muhammad) una shaka kuhusu tuliyokufunulia, basi waulize wale wanaosoma Maandiko (yaliyokuja) kabla yako. Hakika, Kweli kutoka kwa Mola wako imekujia. Kwa hiyo, usiwe miongoni mwa wenye kuyumba. Wala usiwe miongoni mwa wanaokataa ufunuo wa Allah, la sivyo utakuwa miongoni mwa waliopoteza."

Inaweza kuonekana wazi kwamba Muhammad alikumbwa na aina fulani ya mgogoro wa kiroho alipokata tamaa kwa sababu hakupewa ishara ya kimiujiza.

Allah akamwonya asifanane na wale wanaokataa ufunuo wake.

Hata hivyo, **Allah aliona kuwa ni muhimu hata kumkemea Muhammad:**

Surah 11:12

(Tafsiri ya Shakir)

"Basi huenda ukataka kuacha sehemu ya yale uliyopewa ufunuo, na kifua chako kikawa kizito kwa ajili yake kwa sababu wanasema: Kwa nini hazijateremshwa hazina kwake, au kwa nini malaika hakuja naye? Wewe ni mjumbe wa onyo tu; na Allah ndiye mwenye mamlaka juu ya kila kitu."

(Tafsiri ya W. Khan)

"Huenda ukahisi kutaka kuacha baadhi ya yale uliyopewa ufunuo, na ukahisi huzuni kwa sababu wanasema, 'Kwa nini hakuna hazina iliyoteremshwa kwake, kwa nini hakuna malaika aliyekuja naye?' Lakini wewe ni wa kutoa onyo tu. Mungu ndiye mlinzi wa kila kitu."

Na **Allah pia alimkemea Muhammad kwa ukali:**

Surah 6:35

(Tafsiri ya A. Bewley)

"Ikiwa kugeuka kwao kunakulemea, basi shuka kwenye handaki ndani ya ardhi, ikiwa unaweza, au panda ngazi kuelekea mbinguni, na ulete ishara kwao. Ikiwa Allah angependa, angewakusanya wote kwenye mwongozo wake. Kwa hivyo, usiwe miongoni mwa wasiojua."

Waislamu wanaompa Muhammad hadhi ya ajabu na kuamini kwamba Allah alimpa maarifa ya juu zaidi kuliko manabii wa awali wanapaswa kufikiria kwa makini aya ifuatayo ya Qur'ani.

Hapa, Muhammad mwenyewe aliagizwa na Allah kukiri mapungufu yake kama mjumbe wa onyo tu:

Surah 7:188

(Tafsiri ya Shakir)

"Sema: Mimi sidhibiti manufaa yoyote wala madhara yoyote kwa nafsi yangu, isipokuwa kama Allah anavyotaka; na lau ningalijua mambo yasiyoonekana, ningalikuwa na mema mengi na mabaya yasingalinifikia; mimi si chochote ila ni mjumbe wa onyo na mtoaji wa habari njema kwa watu wanaoamini."

Aya hii inaonyesha wazi kuwa **Muhammad hakuwa na maarifa ya mambo yasiyoonekana na hakuwa na mamlaka yoyote ya kimiujiza.**

Kwa hivyo, madai kwamba Muhammad alikuwa nabii wa miujiza **yanapingwa na Qur'ani yenyewe.**

Katika hali zote, **Muhammad alijiona kama "mjumbe wa onyo tu," bila uwezo wa kufanya miujiza wala kujua mambo ya siri.**

Licha ya kukiri wazi kwa Qur'ani kuhusu ukosefu wa nguvu zozote za kimiujiza, Waislamu bado wanadai kuwa Mtume wao alikuwa mfanya miujiza.

Bila shaka, madai kama haya **yasingeweza kutolewa wakati wa uhai wa Muhammad.** Ilikuwa **baada ya kifo chake** ndipo uvumi ulianza kusambazwa na **wapambe wa miujiza wa Kiislamu** wakidai kwamba alifanya maajabu ya kila aina.

Kadiri muda ulivyopita, **simulizi za uongo ziliongezeka na kukuzwa.**

Hata hivyo, **wanazuoni wa Kiislamu waliobobea walijua kwamba madai haya hayawezi kuwa kweli** kwa sababu **yanapingana na Qur'ani.**

Lakini **waliendelea kunyamaza kimya.**

Kama inavyoshuhudiwa katika aya za Qur'ani zilizonukuliwa hapo juu, **Muhammad mwenyewe alikana kuwa na uwezo wowote wa kimiujiza.**

Ikiwa kweli alifanya miujiza **kama wanavyodai waandishi wa Hadithi, basi tunapaswa kuelewaje ukanaaji wake** wa miujiza hiyo katika aya za Qur'ani?

Ni vigumu kuelewa **kwa nini waandishi wa Hadithi walishindwa kutambua kuwa, katika jitihada zao za kuthibitisha kwamba Muhammad alikuwa Nabii wa kweli wa Mungu, walikuwa kwa kweli wakikanusha Qur'ani.**

Jambo la kutaja hapa ni kwamba hata wanazuoni wa Kiislamu, waliokuwa na ujuzi wa lugha ya Kiarabu na walioweza kuelewa Qur'ani kwa kina, walibaki waathirika wa dhana hizi potofu zinazopingana moja kwa moja na mafundisho wazi ya Qur'ani.

Kwa mfano, Qadi 'Iyad (1088 BK – 1149 BK), kadhi wa Andalusia, mwanatheolojia, na mtafiti wa nasaba, aliandika kitabu cha kumsifu Muhammad.

Katika kitabu chake, aliandika kwamba kila wakati Muhammad alipopita mahali fulani, mawe na miti vilitembea kumlaki na kusema:

"Amani iwe juu yako, Ee Mtume wa Mungu!"

Bila kusita, Waislamu wa leo wanaamini kwa shauku kubwa kuwa miujiza kama hiyo ilitokea kweli.

Lakini sasa, watawezaje kupatanisha imani yao hii na aya za Qur'ani ambazo zinathibitisha kuwa hakuna miujiza yoyote iliyotokea wakati Waquraysh walipokataa kuamini bila kuona muujiza?

Miujiza waliyoihitaji Waquraysh haikuwa mikubwa sana.

Walihitaji tu Muhammad afanye maji yatoke ardhini au yatiririke kutoka kwenye jiwe.

Ikiwa kweli mawe yalikuwa yakimsalimu Muhammad kwa sauti,

je, hilo halingekuwa sababu ya kutosha kwa Waquraysh kumkubali kama nabii wa Mungu?

Jiwe pekee lililomsalimu Muhammad lilikuwa lile lililompiga mdomoni na kumuumiza katika Vita vya Uhud. [1] Huenda jiwe hili lilikuwa kafiri!

Ikiwa kweli miti ilitembea kuelekea Muhammad na kumsalimu, je, wasiomwamini wasingemtazama kwa mshangao na mara moja kumkubali kama Nabii wa Mungu?

Badala yake, wenzake wa wakati wake waliomfahamu vizuri hawakumwona kama mfanya miujiza bali kama mtu mwendawazimu:

Surah 15:6

"Na wanasema: Ewe uliyefunuliwa Ukumbusho, hakika wewe ni mwendawazimu!" (Pickthall)

Surah 37:36

"Na wakasema: Je! Tuwaache miungu yetu kwa ajili ya mshairi mwendawazimu?" (Pickthall)

Surah 44:14

"Lakini wanamgeukia na kusema: 'Amepewa mafunzo (na wengine), ni mtu mwenye pepo.'" (Yusuf Ali)

Sasa, hebu tuchambue kwa makini aya zifuatazo za Qur'ani:

Surah 29:50-51

(Tafsiri ya Shakir)

"Wanasema: Kwa nini ishara haziteremshwi juu yake kutoka kwa Mola wake? Sema: Ishara ni za Allah pekee, nami si chochote ila ni mjumbe wa onyo tu. Je! Haitoshi kwao kwamba Tumekufunulia Kitabu

kinachosomwa kwao? Hakika katika haya kuna rehema na ukumbusho kwa watu wanaoamini."

Surah 29:51

(Tafsiri ya Pickthall)

"Je! Haitoshi kwao kwamba Tumekuteremshia Kitabu kinachosomwa kwao?"

Aya hizi za Qur'ani zinathibitisha zaidi kwamba Allah hakumpa Muhammad uwezo wa kufanya miujiza.

Badala ya miujiza, aya hizi za Qur'ani zinashuhudia kwamba Muhammad alipewa Qur'ani pekee.

Na Allah anauliza kwa mtindo wa balagha: "Je! Haitoshi?"

Kwa hivyo, madai yoyote kwamba Muhammad kweli alifanya miujiza yangeonyesha kuwa Qur'ani "haitoshi."

Hii pia inamaanisha kwamba Allah alikosea katika hitimisho lake la awali kwamba Qur'ani pekee inatosha kwa kazi aliyompa Muhammad.

Katika kazi yake mashuhuri, "Message of the Qur'an," marehemu mwanazuoni wa Sunni Muhammad Asad aliandika tafsiri yake ya kitaaluma ya Surah 29:51.

Alikiri kwa uwazi:

"Sentensi hii fupi na yenye maana nzito ina umuhimu wa msingi kuhusu madhumuni ya Qur'ani kwa ujumla. Mara nyingi Qur'ani inasisitiza ukweli kwamba Nabii Muhammad, licha ya kuwa wa mwisho na mkuu wa Mitume wa Mungu, hakupatiwa uwezo wa kufanya miujiza sawa na yale yaliyosemekana kufanywa na Manabii wa awali ili kuimarisha ujumbe wao wa maneno. Muujiza wake pekee ulikuwa na bado ni Qur'ani yenyewe – ujumbe ulio mkamilifu kwa uwazi wake na kina cha maadili yake, uliokusudiwa kwa vizazi vyote na kwa hatua zote za maendeleo ya binadamu, ukielekezwa si kwa hisia tu bali pia kwa akili za wanadamu,

wazi kwa kila mtu, bila kujali rangi au mazingira yake ya kijamii, na uliokusudiwa kubaki bila kubadilika milele."

(Asad, Message of the Qur'an, uk. 427, tanbihi 71, – Dar Al-Andalus Limited 3 Library Ramp, Gibraltar 1993)

Na ukweli huu pia unathibitishwa na Hadithi sahihi zaidi katika Ulimwengu wa Kiislamu:

Sahih Bukhari, Juzuu ya 9, Kitabu cha 92, Hadithi Namba 379

Imesimuliwa na Abu Huraira:

"Mtume alisema, 'Hakuna nabii yeyote kati ya manabii ila alipewa miujiza ambayo iliwawezesha watu kuwa na usalama au imani, lakini mimi nilichopewa ni Ufunuo wa Kiungu ambao Allah alinifunulia. Kwa hivyo, natumaini kwamba wafuasi wangu watakuwa wengi zaidi kuliko wa nabii yeyote yule katika Siku ya Kiyama.'"

Kukiri huku kwa Muhammad kunaonyesha wazi kwamba hakufanya miujiza yoyote.

Hii inadhihirisha uwongo wote uliozushwa kumhusu na wafuasi wake baada ya kifo chake.

Surah 29:51 inabeba **maangamizi kwa Waislamu wowote wanaodai kwamba Muhammad alifanya miujiza.**

Qur'ani **iliwasilishwa kwa Muhammad kama muujiza wake pekee.**

Alidai bila utata wowote kwamba **muujiza huu mmoja (Qur'ani) unatosha kuthibitisha utume wake.**

Ikiwa kweli Muhammad alihitaji miujiza zaidi ya Qur'ani kuthibitisha utume wake, basi hii inakataa kauli ya Allah kwamba Qur'ani pekee inatosha.

Kwa kuzingatia ukweli huu, je, si jambo la kushangaza kwamba kila wakati Waislamu wanapompa Muhammad miujiza, wanathibitisha kuwa Allah, Muhammad, na Qur'ani walikosea?

Na zaidi ya hayo, hii pia ina maana kwamba Allah alidanganya ndani ya Qur'ani?

Surah 13:43

(Tafsiri ya Pickthall)

"Wale waliokufuru wanasema: Wewe si mjumbe wa Allah. Sema: Allah na yeyote mwenye maarifa ya Maandiko ni mashahidi wa kutosha baina yangu na nyinyi."

(Tafsiri ya Sarwar)

"(Muhammad), wasioamini wanasema, 'Wewe si Mjumbe.' Sema, 'Mungu na wale walio na maarifa ya Kitabu ni mashahidi wa kutosha (kuhusu utume wangu).'"

Tazama kwamba miujiza haikutajwa hata kidogo kama moja ya ushahidi wa kuthibitisha utume wa Muhammad.

Ikiwa kweli Muhammad alifanya miujiza kama Waislamu wanavyodai leo, basi Qur'ani inakosea kwa sababu inakataa uwepo wa muujiza wowote alioufanya.

Lakini kwa upande mwingine, ikiwa Muhammad hakufanya miujiza kama Qur'ani inavyoshuhudia, Waislamu wana uhakika gani kwamba kweli alitumwa na Mungu?

Kwa kulinganisha na Muhammad, angalia jinsi Qur'ani inavyoshuhudia kuwa utume wa Yesu ulithibitishwa na miujiza aliyofanya kwa msaada wa Mungu.

Qur'ani inamrekodi Yesu akisema:

Surah 3:49

"Ninawaponya vipofu na wenye ukoma, na ninafufua wafu kwa idhini ya Allah, na ninawaambia

mlicho nacho cha kula na mnachokiweka akiba katika nyumba zenu; hakika katika haya kuna ishara kwenu, ikiwa mnaamini." (Shakir)

Katika Qur'ani, Yesu anathibitishwa kuwa alifanya miujiza halisi.

Lakini kwa Muhammad, hakuna muujiza wowote uliorekodiwa.

Kwa hiyo, ikiwa uthibitisho wa kweli wa nabii wa Mungu ni miujiza anayoifanya kwa msaada wa Mungu, basi Yesu anathibitishwa na Qur'ani yenyewe, huku Muhammad akikanushwa.

Lakini kwa nini Yesu alipewa uwezo huu wa kiungu wa kufanya miujiza?

Qur'ani yenyewe inajibu hili mwanzoni mwa aya iliyonukuliwa hapo juu.

Inamnukuu Yesu akisema:

Surah 3:49

"Nimewaletea ishara za uteuzi wangu kutoka kwa Mola wenu." (Farook Malik)

Hii inamaanisha kwamba kulingana na Qur'ani, Yesu alikuja na uthibitisho kwamba alitumwa na Mungu.

Muhammad hakuwa nao.

SURA YA 04

Nguvu ya Imani: Hadithi ya Miujiza ya Mtume Paulo"

Jua lilikuwa likitua nyuma ya milima ya Lystra, anga likiwa na mng'ao wa dhahabu na rangi ya waridi. Watu walikuwa wamekusanyika sokoni, wakijadili kuhusu mgeni huyu—mtu aliyekuja kutoka mbali, akihubiri ujumbe usio wa kawaida. Alikuwa na uso wenye nuru ya tumaini na sauti iliyojaa mamlaka.

Katika umati huo, kulikuwa na kijana aliyekuwa kiwete tangu kuzaliwa. Alikuwa amekaa chini, macho yake yakiwa yamejaa huzuni, akiwa amezoea maisha ya utegemezi na dharau kutoka kwa wapita njia. Aliposikia sauti ya Paulo ikitangaza injili ya Yesu Kristo, moyo wake ulijaa imani isiyoelezeka.

Paulo alipomtazama kwa macho yenye huruma, aliona kitu cha kipekee ndani yake—imani thabiti kama mwamba. Alisimama mbele ya umati na kusema kwa sauti kuu:

"Simama kwa miguu yako!"

Ghafla, nguvu zisizo za kawaida zilienea mwilini mwa kijana huyo. Miguu yake iliyokuwa dhaifu kwa miaka mingi ilianza kuimarika. Kwa mshangao wa wote, alisimama kwa mara ya kwanza maishani mwake! Umati ulishtuka, wengine wakapiga kelele, wengine wakainama kwa hofu na wengine walikimbilia kumgusa Paulo kwa matumaini ya kupokea uponyaji.

Siku ya Giza na Mwangaza wa Miujiza

Siku zilipita, na hadithi za Paulo zilienea kutoka mji mmoja hadi mwingine. Ilikuwa safari ndefu ya injili, iliyojaa mateso, imani, na miujiza ya ajabu.

Katika jiji la Filipi, Paulo na Sila walitembea barabarani walipokutana na msichana mtumwa aliyekuwa na roho ya utambuzi wa mambo ya siri. Kwa siku nyingi, alifuatana nao, akipaza sauti, akisema:

"Hawa ni watumishi wa Mungu aliye hai!"

Lakini Paulo alitambua kuwa roho ndani yake haikuwa ya Mungu. Aligeuka ghafla, akamtazama kwa macho makali na kusema kwa mamlaka:

"Nakuamuru kwa jina la Yesu Kristo, mtoke ndani yake!"

Ndipo msichana huyo alipiga kelele, akaanguka chini, na ghafla akawa huru. Watu waliomiliki msichana huyo walighadhibika, kwani walikuwa wakipata faida kubwa kupitia uwezo wake wa kuagua. Paulo na Sila walikamatwa na kupigwa viboko vikali, kisha wakatupwa gerezani.

Usiku ulipoingia, gereza lilikuwa kimya, ila sauti ya Paulo na Sila ikiimba nyimbo za sifa kwa Mungu. Ghafla, ardhi ilianza kutetemeka!

Misingi ya gereza ilitikisika, milango ikafunguka yenyewe, na minyororo ya wafungwa ikalegea na kuanguka chini. Jela zima lilikuwa limejaa mshangao. Mlinzi wa gereza, akidhani wafungwa wote wametoroka, alitoa upanga wake ili kujiua.

Lakini Paulo alipaza sauti:

"Usijidhuru! Sisi bado tuko hapa!"

Mlinzi huyo alitetemeka kwa hofu, akaanguka miguuni mwa Paulo na kusema kwa sauti ya kushangaa:

"Nifanye nini ili nipate wokovu?"

Paulo akamwambia kwa upole:

"Mwamini Bwana Yesu Kristo, nawe utaokolewa."

Usiku huo, mlinzi huyo na familia yake wote walibatizwa, wakiacha maisha yao ya kale na kumfuata Kristo.

Mkutano na Mauti katika Troa

Katika jiji la Troa, Paulo alisimama mbele ya umati mkubwa wa waumini, akihubiri kwa shauku hadi usiku wa manane. Taa zilikuwa zikiyumba kwa mwanga hafifu, na katika dirisha la ghorofa ya tatu, kijana mmoja aitwaye **Eutiko** alikuwa ameketi, akisikiliza kwa makini.

Lakini macho yake yalikuwa mazito na usingizi ulimlemea. Aliposhindwa kujizuia, mwili wake ukayeyuka kutoka kwenye kiti, akaanguka moja kwa moja chini! Kilio cha watu kilisikika, na walipomfikia, waligundua kuwa alikuwa amekufa.

Paulo alishuka haraka, akapiga magoti kando ya mwili wa kijana huyo, akamkumbatia na kusema kwa sauti ya utulivu:

"Msifadhaike, kwa maana uhai wake ungali ndani yake."

Watu walishangaa—mapigo ya moyo ya kijana huyo yalirejea, pumzi zake zikawa thabiti, na akafumbua macho! Kilio cha huzuni kiligeuka kuwa kelele za shangwe.

Safari ya Baharini na Nyoka wa Kifo

Baada ya safari ndefu, Paulo alifika kwenye kisiwa cha Malta. Alipokuwa akikamata kuni za moto, ghafla **nyoka mwenye sumu kali** alijiviringisha mkononi mwake na kung'ang'ania kwa nguvu.

Wenyeji wa kisiwa walishangaa, wakidhani Paulo atakufa mara moja kwa sumu hiyo kali.

Lakini Paulo **alitikisa nyoka huyo kwenye moto** na kuendelea na shughuli zake bila kuumia hata kidogo.

Watu wa Malta walishangazwa na tukio hilo na kumwona kama mtu wa Mungu.

Mkuu wa kisiwa hicho, **Publius**, alisikia habari za Paulo na kumkaribisha nyumbani kwake. Baba yake alikuwa mgonjwa, akisumbuliwa na homa kali. Paulo alimkaribia, akaweka mikono juu yake, na papo hapo **akapona kabisa.**

Habari zilienea kisiwa kizima, na watu wengi waliwaleta wagonjwa wao kwa Paulo, naye **aliwaponya wote kwa jina la Yesu Kristo.**

Miaka ilipita, na jina la Paulo lilibaki kuwa la heshima kwa mataifa mengi. Akiwa mtume wa Yesu, **alifanya miujiza mingi isiyoelezeka, akithibitisha injili na nguvu za Mungu.**

Kwa matendo yake, watu waliamini, wagonjwa waliponywa, waliokufa walifufuliwa, na hata mapepo walikimbia kwa hofu ya mamlaka ya jina la Yesu.

Na kwa kazi yake, **mwanga wa injili uliangaza ulimwengu mzima.**

Miujiza Aliyoifanya Mtume Paulo Kwenye Biblia Takatifu

Mtume Paulo, ingawa hakuwakuwa mmoja wa wanafunzi wa awali wa Yesu Kristo, alipewa uwezo wa kufanya miujiza kwa jina la Yesu baada ya wokovu wake na wito wake wa kiutume. Biblia inarekodi matukio mbalimbali ambapo Paulo alifanya miujiza kwa uwezo wa Mungu ili kuthibitisha utume wake na kueneza injili. Hapa kuna baadhi ya miujiza mashuhuri aliyofanya:

---

1. Paulo Anaponya Mtu Kiwete Lystra

Matendo 14:8-10

Katika mji wa Lystra, Paulo alikutana na mtu aliyekuwa kiwete tangu kuzaliwa, ambaye hakuwahi kutembea. Paulo alipomwona na kuona kuwa alikuwa na imani ya kuponywa, alimwambia kwa sauti kuu:

"Simama kwa miguu yako!"

Mara moja, yule mtu akaruka na kuanza kutembea.

☑ **Muujiza huu ulionyesha nguvu za Kristo zinazoendelea kutenda kazi kupitia mitume wake hata baada ya ufufuo wa Yesu.**

---

2. Kufufua Kijana Eutiko Aliyeanguka na Kufariki

Matendo 20:9-12

Paulo alipokuwa akihubiri Troa, kijana aitwaye **Eutiko** alilala usingizi na kuanguka kutoka ghorofa ya tatu, akafa papo hapo. Paulo alishuka chini, akamkumbatia na kusema:

"Msifadhaike, kwa maana uhai wake ungali ndani yake."

Baada ya muda, Eutiko alifufuka, jambo lililowapa waumini wote furaha kubwa.

☑ **Hii ni mojawapo ya miujiza ya kufufua wafu iliyo rekodiwa katika Agano Jipya.**

---

3. Kutoa Pepo Chafu kwa Jina la Yesu

Matendo 16:16-18

Katika mji wa Filipi, Paulo alikutana na msichana mtumwa aliyekuwa na roho ya utambuzi wa mambo ya siri, na alikuwa akitumiwa na mabwana wake kupata faida kwa kuagua watu.

Msichana huyo alimsumbua Paulo kwa muda mrefu, akitangaza kwamba Paulo na wenzake walikuwa watumishi wa Mungu aliye hai.

Paulo alipochoshwa, aligeuka na kumwamuru pepo mchafu:

"Nakuamuru kwa jina la Yesu Kristo, mtoke ndani yake!"

Mara moja, pepo mchafu alitoka na yule msichana akaponywa.

☑ **Muujiza huu ulithibitisha mamlaka ya jina la Yesu juu ya nguvu za giza.**

---

4. Kuponya Wagonjwa kwa Vitambaa na Leso Zake

Matendo 19:11-12

Biblia inasema kwamba Mungu alifanya **miujiza isiyo ya kawaida kupitia Paulo** kiasi kwamba hata vitambaa na leso zilizoguswa na mwili wake zilipelekwa kwa wagonjwa.

Walipopata vitambaa hivyo:

☑ **Magonjwa yao yaliwaacha.**

☑ **Mapepo wachafu walitoka ndani yao.**

☑ **Hii ilionyesha jinsi Mungu alivyomtumia Paulo kwa namna ya kipekee kueneza nguvu za Kristo.**

---

5. Paulo Anamponya Baba Mkwe wa Publius

Matendo 28:7-9

Baada ya Paulo kufika kisiwa cha Malta, alitembelea mkuu wa kisiwa, **Publius**, ambaye baba yake alikuwa mgonjwa na ana homa kali.

Paulo aliweka mikono yake juu ya mgonjwa huyo na kumponya.

☑ **Watu wengine wa kisiwa hicho waliposikia habari hizo, walimletea Paulo wagonjwa wao wote, naye akawaponya wote kwa jina la Yesu.**

---

6. Paulo Hasumbuliwi na Nyoka Mwenye Sumu

Matendo 28:3-6

Wakati Paulo alipokuwa akikusanya kuni kwenye kisiwa cha Malta, **nyoka mwenye sumu kali aling'ang'ania mkono wake.**

☑ Watu wa kisiwa walidhani kwamba Paulo angefariki mara moja kwa sababu ya sumu hiyo.

☑ Lakini Paulo **alitikisa nyoka huyo kwenye moto** na hakupata madhara yoyote.

☑ **Hili lilishangaza wenyeji wa kisiwa hicho, na wakaanza kumwona kama mtu wa Mungu.**

Hitimisho

Miujiza ya Paulo ilionyesha kwamba:

☑ **Yesu Kristo yuko hai na anafanya kazi kupitia wafuasi wake.**

☑ **Nguvu za Mungu hazikuwa tu kwa manabii wa Agano la Kale, bali hata kwa mitume wa Agano Jipya.**

☑ **Ujumbe wa injili ulithibitishwa kwa matendo ya kimiujiza, yakionyesha kwamba Yesu ndiye Masihi wa kweli.**

Paulo, akiwa mtume wa mataifa, **alitenda miujiza mingi kwa jina la Yesu Kristo** kama ishara ya uthibitisho wa wito wake wa kiutume.

Kwa hivyo, **tofauti na Muhammad ambaye Qur'ani inathibitisha hakufanya miujiza yoyote, Biblia inaonyesha kuwa Paulo alifanya miujiza nyingi kwa jina la Yesu Kristo!**

SURA YA 05

Mtume Paulo na Mtume Muhammad: Tofauti Kati ya Manabii Wawili

Katika historia ya dini, **Mtume Paulo na Mtume Muhammad** ni watu wawili waliokuwa na ushawishi mkubwa katika dini zao—Ukristo na Uislamu. Hata hivyo, kati ya hawa wawili, kuna tofauti kubwa zinazoashiria nafasi zao katika mpango wa Mungu kulingana na Maandiko Matakatifu ya Biblia na Qur'ani.

Katika uchambuzi huu, tutaangalia kwa kina **wapi Mtume Paulo yupo ukilinganisha na Mtume Muhammad**, kwa kutumia ushahidi kutoka Biblia na Qur'ani.

1. UTHIBITISHO WA UTUME: MIUJIZA NA ISHARA

Paulo – Nabii Aliye Thibitishwa kwa Miujiza

Katika **Agano Jipya**, Mtume Paulo ni mmoja wa watume wa Yesu Kristo aliyefanya **miujiza mingi kwa jina la Yesu Kristo.**

Baadhi ya miujiza yake ni:

☑ **Aliponya vipofu, viwete na wagonjwa.** (Matendo 14:8-10, 28:7-9)

☑ **Alifufua wafu, kama kijana Eutiko aliyekufa baada ya kuanguka kutoka ghorofa ya tatu.** (Matendo 20:9-12)

☑ **Alitoa pepo wachafu kwa mamlaka ya jina la Yesu.** (Matendo 16:16-18)

☑ **Alifanya miujiza kwa kutumia vitambaa na leso zake.** (Matendo 19:11-12)

☑ **Alinusurika kutoka kwa nyoka mwenye sumu kali bila madhara.** (Matendo 28:3-6)

Uwezo wa Paulo kufanya miujiza hii yote **ulitokana na Yesu Kristo mwenyewe, ambaye alimchagua kuwa chombo chake cha kueneza injili kwa mataifa.**

Yesu aliahidi katika **Marko 16:17-18** kwamba wafuasi wake wa kweli watatenda miujiza kwa jina lake, na Paulo alikuwa mmoja wa mashahidi wa hii ahadi.

Muhammad – Nabii Asiye na Miujiza

Kwa upande mwingine, **Qur'ani inathibitisha wazi kwamba Muhammad hakufanya miujiza yoyote.**

☑ **Surah 17:90-93** – Waquraysh walimtaka Muhammad afanye muujiza, lakini alijibu kwamba yeye ni **"mtume wa onyo tu"** na si mfanya miujiza.

☑ **Surah 29:50-51** – Muhammad alisema kwamba **miujiza yote ni ya Allah pekee**, na alipewa Qur'ani kama "muujiza wake pekee."

☑ **Surah 10:20** – Watu walimuuliza kwa nini hakufanya ishara kama manabii wa zamani, lakini aliendelea kusema kwamba miujiza ni kazi ya Mungu pekee.

Hata katika Hadithi Sahihi, Muhammad mwenyewe alikiri kwamba **tofauti na manabii waliotangulia, yeye alipewa "wahyi" (ufunuo) pekee kama uthibitisho wa utume wake.**

⇥ **Sahih Bukhari, Juzuu ya 9, Kitabu cha 92, Hadithi Namba 379:**

"Hakuna nabii aliyekuja ila alipewa miujiza, lakini mimi nilichopewa ni ufunuo wa Allah."

Hii inaonyesha kwamba **Muhammad hakuwa na uthibitisho wa miujiza kama ilivyokuwa kwa Paulo na manabii wa zamani kama Musa na Yesu.**

---

2. WAPI PAULO NA MUHAMMAD WAPO SASA?

Paulo – Mtu wa Mungu Aliye na Tumaini la Uzima wa Milele

Mtume Paulo alimaliza maisha yake kwa imani thabiti katika Yesu Kristo. Alisema wazi kuwa anatazamia uzima wa milele mbinguni na Yesu.

☑ **2 Timotheo 4:7-8** – Paulo alisema:

"Nimevipiga vita vilivyo vizuri, nimemaliza mwendo wangu, nimeilinda imani. Hatimaye, nimewekewa taji ya haki, ambayo Bwana, hakimu mwenye haki, atanipa siku ile."

☑ **Wafilipi 1:21-23** – Paulo alitamani kuwa na Kristo mbinguni:

"Kwangu mimi, kuishi ni Kristo, na kufa ni faida... natamani kuondoka na kuwa pamoja na Kristo, maana ni bora zaidi."

Kwa hiyo, **Biblia inathibitisha kwamba Paulo, kama mtume wa Yesu, alipokea wokovu wa milele na sasa yuko mbinguni pamoja na Yesu.**

Muhammad – Yuko Wapi Kulingana na Qur'ani?

Kulingana na Qur'ani na Hadithi, hatima ya Muhammad ni ya kushangaza na ya kutia mashaka.

☑ **Surah 19:71** – Qur'ani inasema:

"Hakuna hata mmoja wenu ila ataingia Jehannamu."

→ **Tafsiri ya Ibn Kathir juu ya aya hii inathibitisha kuwa maneno haya yanawahusu Waislamu wote, ikiwa ni pamoja na Muhammad mwenyewe.**

☑ **Sahih Bukhari, Juzuu ya 3, Hadithi Namba 656** – Muhammad alisema:

"Mimi nitakuwa wa kwanza kuvuka Daraja la As-Sirat linalopita juu ya Moto wa Jehannamu."

Hii inaonyesha kwamba **Muhammad aliingia Jehannamu, na anangojea kuokolewa.**

---

3. MUHAMMAD AU PAULO – NANI ANA UHAKIKA WA WOKOVU?

Kwa Mtume Paulo:

→ **Biblia inathibitisha kuwa ana uzima wa milele mbinguni na Yesu Kristo.**

→ **Alifanya miujiza kwa jina la Yesu, kama uthibitisho wa utume wake.**

→ **Alikuwa na uhakika wa wokovu wake.**

Kwa Mtume Muhammad:

→ Qur'ani na Hadithi zinasema kwamba aliingia Jehannamu.

→ Hakufanya miujiza yoyote kama uthibitisho wa utume wake.

→ Hakuhakikisha wokovu wake.

4. TOFAUTI KUBWA KATI YA PAULO NA MUHAMMAD

Sifa	Mtume Paulo	Mtume Muhammad
Uthibitisho wa utume	Alifanya miujiza kwa jina la Yesu	Hakufanya miujiza yoyote
Maisha ya baadaye	Yuko mbinguni na Kristo	Aliingia Jehannamu kulingana na Qur'ani
Uhakika wa wokovu	Alisema atapokea taji ya haki	Alisema hana uhakika wa wokovu wake
Ujumbe mkuu	Injili ya Yesu Kristo	Uislamu kupitia Qur'ani
Wafuasi wake wapo wapi?	Wakristo wanaahidiwa mbingu	Waislamu wote wataingia Jehannamu kwanza (Surah 19:71)

5. HITIMISHO – NANI ANAFUATWA?

✓ Mtume Paulo alikuwa mtu wa Mungu, aliyetumwa na Yesu mwenyewe, akifanya miujiza kwa uthibitisho wa utume wake.

✓ Paulo alikuwa na hakika ya wokovu wake, na Biblia inathibitisha kwamba yuko mbinguni pamoja na Yesu Kristo.

✓ Kwa upande mwingine, Muhammad hakufanya miujiza yoyote, alikiri hana uhakika wa wokovu wake, na Qur'ani yenyewe inasema kwamba aliingia Jehannamu.

Kwa hiyo, ikiwa mtu anataka kumfuata nabii wa kweli wa Mungu, ni wazi kuwa Paulo ndiye mtu wa Mungu aliyethibitishwa kwa njia zote.

⇥ Kwa nini mtu amfuate Muhammad ambaye hana uhakika wa wokovu wake mwenyewe, badala ya Paulo aliyethibitishwa kwa miujiza na Biblia?

⇥ Kulingana na ushahidi wote wa Maandiko, Paulo yuko na Mungu, lakini Muhammad yuko Jehannamu.

SURA YA 06

JE, QUR'ANI INASTAHILI KUHESABIWA KAMA MUUJIZA?

Sasa hebu tuchambue dai kwamba Qur'ani yenyewe ni muujiza. Dai hili linapaswa kuchunguzwa kwa mtazamo wa haki na wa kisayansi.

Kwa muujiza kuwa wa kweli, unapaswa kukubalika na watu kutoka taifa lolote, bila kujali lugha yao au kiwango chao cha elimu.

Kwa mfano:

- ☑ Ikiwa mtu aliyekufa anafufuliwa, hili litahesabiwa kama muujiza katika Ulaya, Afrika, Asia au mahali popote duniani.
- ☑ Biblia na Qur'ani zote zinathibitisha kwamba Yesu alifanya miujiza.

☑ Aliwaponya wakoma, akafufua wafu, akaponya wagonjwa, akatoa mapepo, na alifanya matendo mengine makubwa.

Hii ndiyo tafsiri sahihi ya neno muujiza.

📌 Muujiza wa kweli hauhitaji tafsiri, elimu maalum, au kiwango cha juu cha akili ili kueleweka.

Je, Qur'ani Ni Muujiza Kwa Kila Mtu?

Sasa, jaribu kumpa mtu ambaye hajui Kiarabu kitabu cha Qur'ani na kumwambia:

"Hii ni muujiza."

Unadhani atajibu nini?

Tunaweza kusema kwa uhakika mkubwa kwamba jibu lake litakuwa kama ifuatavyo:

📢 "Muujiza gani? Unanitania? Sielewi lugha hii. Sielewi Kiarabu. Inawezaje kuwa muujiza? Inawezekana ni muujiza kwako, lakini si kwangu."

Asilimia 80 ya Watu Duniani Si Waislamu

Leo, zaidi ya 80% ya watu duniani si Waislamu.

➡ Kwao, Qur'ani si muujiza hata kidogo.

➡ Asilimia 20 waliobaki ni Waislamu, lakini wengi wao hawajawahi kusoma Qur'ani wala kuielewa.

☑ Dai la Kiislamu ni kwamba ni lazima mtu asome Qur'ani kwa Kiarabu cha asili ili aweze kuona muujiza wake.

● Ikiwa dai hili ni la kweli, inamaanisha kuwa idadi kubwa ya Waislamu wenyewe hawawezi kuona Qur'ani kama muujiza kwa sababu hawawezi kusoma Kiarabu.

Qur'ani Iliandikwa kwa Kiarabu Cha Kale

✖ **Hata kwa Waarabu wa sasa, Kiarabu cha Qur'ani si lugha yao ya kila siku.**

◈ **Qur'ani iliandikwa kwa Kiarabu cha Klasiki,** ambacho ni **tofauti kabisa** na Kiarabu kinachozungumzwa leo.

⇥ Hii inamaanisha kuwa **hata Waislamu wengi wa Kiarabu hawawezi kusema kuwa Qur'ani ni muujiza kwa sababu hawaelewi kikamilifu Kiarabu cha Klasiki.**

Wanasayansi na Wasomi Wanaanza Kutilia Shaka Qur'ani

Katika ulimwengu wa leo, idadi inayoongezeka ya wasomi na wasomi wa Kiislamu wenye akili huru wameanza kutilia shaka Qur'ani.

📌 Kwa nini?

Kwa sababu wanaposoma Qur'ani kwa uelewa wa kina katika lugha wanayoelewa, wanagundua mambo yafuatayo:

✖ Ina makosa mengi ya kisayansi.

✖ Ina mafundisho mengi yasiyokubalika kimaadili.

✖ Inapingana yenyewe mara nyingi.

Hili halishangazi kwa sababu wanapoisoma kwa uelewa, wanatambua kwamba Qur'ani si neno la Mungu, bali kitabu kilichoandikwa na mwanadamu mwenye mapungufu.

📢 Kwa hivyo, Qur'ani haiwezi kuitwa muujiza kwa vigezo vya kweli vya neno muujiza.

⇥ Muujiza wa kweli hauhitaji mtu awe na elimu maalum au lugha maalum ili kuelewa.

⇥ Ikiwa Qur'ani ni muujiza tu kwa wale wanaosoma Kiarabu cha Klasiki, basi si muujiza kwa wanadamu wote.

⇥ Hata Waislamu wengi hawaelewi Qur'ani, na wale wanaoielewa wanagundua makosa mengi.

☑ Kwa mujibu wa vigezo vya kweli vya muujiza, Qur'ani si muujiza.

Mfano wa Makosa ya Kisayansi Katika Qur'ani

Kwa mfano, tunaposoma aya kama **Surah 43:10:**

📖 **"Allah amefanya ardhi kwenu kama kitanda kilichotandazwa."**

Au aya kama **Surah 15:19:**

📖 **"Na ardhi Tumeitandaza kama zulia."**

☑ **Ni jambo la kawaida kwa mtu mwenye akili kufikiria kwa makini na kuanza kuwa na mashaka.**

⇥ **Kwa kulinganisha,** tukisoma maandiko yaliyoongozwa na Mungu katika **Kitabu cha Isaya** kwenye **Biblia,** tunaona jinsi kinavyoeleza umbo la dunia kwa **usahihi wa kisayansi**—kabla hata wanadamu hawajajua ukweli huu.

⇥ Isaya aliandika karne nyingi **kabla ya Qur'ani kuandikwa.**

Isaya 40:22 – Biblia Inathibitisha Umbo la Dunia

📖 **"Yuko mmoja anayekaa juu ya mduara wa dunia."**

☑ **Kitabu cha Isaya kiliandikwa karibu miaka 700 kabla ya Kristo.**

☑ **Kinathibitisha kuwa dunia ni mviringo (globu).**

☑ **Hii ni karne nyingi kabla ya wanadamu kugundua sayansi ya anga.**

Lakini **Muhammad, ambaye alikuja karibu miaka 600 baada ya Kristo, alisema kuwa dunia ni tambarare kama kitanda au zulia!**

⇥ **Je, huu ndio "muujiza" wa Qur'ani?**

QUR'ANI NA MAADILI: JE, INAWEZA KUHESABIWA KAMA MUUJIZA KATIKA ENEO HILI?

Kwa maadili, Qur'ani inashindwa vibaya.

Ingawa kuna mafundisho mengi yasiyokubalika kimaadili katika Qur'ani, tutazingatia mafundisho mawili tu kuthibitisha hoja hii.

---

1. Qur'ani Inaruhusu Muhammad Kubaka Wanawake Wa Vita

📖 **Surah 33:50:**

(Tafsiri ya Muhammad Asad)

📖 **"Ewe Nabii! Hakika tumekufanya halali kwako wake zako uliowalipa mahari, na wale waliokuja kuwa chini ya mkono wako wa kulia kutoka kwa mateka wa vita ambao Mungu amekupa."**

(Tafsiri ya Shakir)

📖 **"Ewe Nabii! Hakika Tumekufanya halali kwako wake zako uliowapa mahari yao, na wale ambao mkono wako wa kulia unamiliki kutoka kwa mateka wa vita ambao Allah amekupa."**

● **Hili ni agizo maalum kwa Muhammad peke yake.**

⇥ Allah alimruhusu Muhammad kuwa na uhusiano wa ndoa na wake zake, jambo linaloeleweka kwa sababu Uislamu unaruhusu wake wengi.

Lakini jambo la kushangaza ni kwamba Allah pia anampa Muhammad idhini ya kushiriki ngono na mateka wa vita wa kike!

Hii inamaanisha kwamba Allah wa Qur'ani anampa Muhammad wanawake waliotekwa vitani kwa ajili ya starehe yake ya kimapenzi.

Kwa maneno mengine, Qur'ani inahalalisha ubakaji wa wanawake wa mateka wa vita.

Je, Mungu wa kweli angeweza kuwa "dalali wa kingono" wa Muhammad?

Hii ni haki au ni unyama?

Lakini si tu kwa Muhammad—Allah anaruhusu pia wanaume Waislamu kufanya hivyo!

2. Waislamu Wanaruhusiwa Kuwabaka Wake wa Mateka wa Vita

Surah 4:24:

(Tafsiri ya Pickthall)

"Na wake walioolewa (ni haramu kwenu) isipokuwa wale ambao mikono yenu ya kulia inamiliki. Hii ni hukumu ya Allah kwa ajili yenu."

(Tafsiri ya W. Khan)

"Na wake walioolewa wameharamishwa kwenu, isipokuwa wale waliopita mikononi mwenu kama mateka wa vita. Hii ni amri ya Mungu kwenu."

Hii inamaanisha kwamba **Waislamu wamekatazwa kushiriki ngono nje ya ndoa na wake wa watu wengine, isipokuwa ikiwa mwanamke huyo ni mateka wa vita.**

Kwa hivyo, Waislamu wanaruhusiwa kufanya ngono ya kulazimisha (ubakaji) na wanawake wa mateka wa vita au watumwa walioko chini yao.

⇥ **Je, kweli kitabu kinachofundisha mafundisho ya kikatili kama haya kinaweza kuitwa muujiza wa Mungu?**

JE, QUR'ANI NI MUUJIZA?

● Kwa makosa ya kisayansi kama kusema dunia ni tambarare—Qur'ani inashindwa.

● Kwa kuhalalisha ubakaji wa mateka wa vita—Qur'ani inashindwa.

● Kwa kuwa na mafundisho yanayopingana na maadili ya msingi ya ubinadamu—Qur'ani inashindwa.

⇥ Kwa hivyo, Qur'ani haiwezi kuitwa muujiza wa kweli wa Mungu.

Je, Mungu wa kweli angeweza kuandika kitabu kinachohalalisha ubakaji na dhuluma?

📌 Ikiwa Qur'ani kweli ni muujiza, basi ni muujiza wa uovu, si wa Mungu wa kweli.

Ikiwa Waislamu Wanatafuta "Ishara Dhahiri" au "Ushahidi wa Kweli" au "Muujiza wa Kutosha kwa Ushahidi wa Kweli" Wataupata Wapi?

Ikiwa **Waislamu wanatafuta ishara ya wazi ya ukweli wa Mungu, hawapaswi kuitafuta katika Qur'ani.**

⇥ **Wanapaswa kuitafuta katika Biblia Takatifu.**

Cha kushangaza kwa Waislamu, ushauri huu unatoka kwa Allah mwenyewe.

Tazama jinsi **Allah anavyothibitisha ukweli huu** katika aya ifuatayo ya Qur'ani:

Surah 20:133

📖 **(Tafsiri ya Yusuf Ali)**

"Wanasema: 'Mbona hatuletei ishara kutoka kwa Mola wake?' Je, ishara dhahiri haijawajia ya yale yaliyomo katika vitabu vya awali vya ufunuo?"

📖 **(Tafsiri ya Sarwar)**

"Wamesema, 'Kwa nini yeye (Muhammad) hajaleta muujiza kutoka kwa Mola wake?' Je, hawajapokea vitabu vya mbinguni vilivyofunuliwa hapo awali kama ushahidi wa ukweli?"

📖 **(Tafsiri ya Ali Unal)**

"Na wanasema: 'Laiti angelileta muujiza kutoka kwa Mola wake!' Je, hawajapata kama muujiza wa kutosha, Ushahidi wa Kweli, katika yale yanayopatikana katika Maandiko ya awali?"

Vitabu vya Zamani vya Ufunuo Ni Nini?

📌 "Vitabu vya zamani vya ufunuo" vinavyotajwa hapa ni Taurati (Torah) na Injili (Gospel).

[→] Qur'ani inathibitisha ukweli usiopingika kwamba "Ishara Dhahiri," "Ushahidi wa Kweli," au "Muujiza wa Kutosha kwa Ushahidi wa Kweli" upo katika Biblia Takatifu.

☑ Ndiyo! Biblia Takatifu ndilo Neno la Mungu la Kweli.

Qur'ani Inathibitisha Uhalali wa Biblia Takatifu

● Tofauti na imani inayoshikiliwa na Waislamu wengi, Qur'ani haifundishi kwamba Biblia imebadilishwa au kupotoshwa.

◈ Badala yake, Qur'ani inashuhudia kwamba Biblia ni Neno la Mungu lisilobadilika.

◈ Pia inathibitisha kwamba Biblia itaendelea kubaki jinsi ilivyo milele.

Hii inamaanisha kuwa Waislamu wanapaswa kutafuta ukweli wa Mungu si katika Qur'ani, bali katika Biblia Takatifu.

Ikiwa Waislamu kweli wanataka kufuata "Ishara Dhahiri" ya Mungu, wanapaswa kusoma Biblia kwa uaminifu.

Hili si dai letu—ni dai la Qur'ani yenyewe!

SURA YA 07

ALLAH AMEKOMA KUTUMA MIUJIZA

Kuamini kwamba Muhammad alifanya miujiza ni kukataa mafundisho ya Qur'ani.

Hii ni kwa sababu Allah alisema wazi katika Qur'ani kwamba ameacha kabisa kutuma ishara au miujiza.

Surah 17:59 – Allah Amekataa Kutuma Miujiza

(Tafsiri ya Yusuf Ali)

"Na Tunajizuia kutuma Ishara (miujiza), kwa sababu tu watu wa vizazi vya mwanzo waliikataa kama ya uongo: Tuliwatumia watu wa Thamud ngamia jike kama ishara ili waone ukweli, lakini walimtendea vibaya: Tunatuma Ishara tu kama njia ya kutisha na kuwaonya watu na maovu."

(Tafsiri ya Abdel Haleem)

"Hakuna kinachotuzuia kutuma ishara za kimiujiza, isipokuwa ukweli kwamba watu wa zamani walizikanusha. Tuliwapa watu wa Thamud ngamia jike kama ishara dhahiri, lakini waliimtendea vibaya. Tunatuma ishara tu kwa ajili ya kutoa onyo."

Hii Inathibitisha Kwamba Muhammad Hakuweza Kufanya Miujiza

📌 Aya hii ya Qur'ani ni moja ya uthibitisho wa wazi kwamba Muhammad hakuweza kufanya miujiza yoyote.

➡ Maandishi yanaeleza wazi kwamba Allah alikataa kutuma miujiza.

➡ Hili halina maana yoyote ikiwa kweli Muhammad alifanya miujiza.

✅ Ndani ya aya hii ya Qur'ani, Allah pia anaeleza sababu yake kwa nini hatoi miujiza tena.

➡ Anadai kuwa ni bure kutoa miujiza kwa sababu watu wa zamani hawakuamini.

Je, Hii Ni Sababu Yenye Mantiki?

Ni vigumu kuelewa jinsi Waislamu wanavyoweza kuwa na imani katika kisingizio hiki dhaifu cha Allah.

Kwa maana Allah anasema kwa hakika: 📢 "Hatufanyi tena miujiza kwa sababu watu wa Thamud waliua ngamia wetu jike."

🤔 Kwa nini Allah anakataa kutoa miujiza kwa sababu ya kutoamini kwa watu wachache wa zamani?

➡ Je, ni haki kutumia kutoamini kwao kama kipimo cha kuhukumu vizazi vyote vijavyo?

Muhammad na Miujiza za Biblia

Kwa sababu Muhammad hakuwa na miujiza yoyote ya kuthibitisha utume wake,

Njia pekee aliyoweza kufanya Allah aonekane mwenye nguvu ni kwa kuchukua na kudai miujiza ya Biblia kuwa ni yake.

Hii ni mbinu ya ujanja ya ajabu kwa mtu asiyejua kusoma na kuandika.

Qur'ani inathibitisha kwamba Allah amekoma kutuma miujiza.

Ikiwa kweli Muhammad alifanya miujiza, basi Qur'ani inapingana na yenyewe.

Kwa kuwa Muhammad hakufanya miujiza, alichofanya ni kudai miujiza ya Biblia kama yake.

Kwa hivyo, Qur'ani yenyewe inakubali kwamba Muhammad hakuwa na uthibitisho wa kweli wa utume wake kwa njia ya miujiza!

Kulingana na aya ya Qur'ani iliyonukuliwa hapo juu, Allah sasa hutuma ishara "kwa njia ya vitisho."

Kwa maneno mengine, bila miujiza, Allah sasa anajaribu kuwatisha wasioamini ili wawasilishe kwa nguvu.

Hata katika hili, Allah anashindwa.

Katika aya inayofuata, Allah anakiri kwamba hata kitendo hiki cha kuwatisha wasioamini kilizidisha tu uasi wao:

Surah 17:60 – Allah Anashindwa Kutisha Wasioamini

(Tafsiri ya Yusuf Ali)

"Tuliwatia hofu na kuwaonya, lakini hilo liliwazidishia tu uasi wao wa kupindukia!"

→ Allah hakuwa na uwezo wa kutuma ishara yoyote, hata si kwa njia ya vitisho kama alivyokuwa ameahidi kufanya katika Qur'ani.

● Muhammad alipowatisha Waquraysh akisema kwamba Allah angeshusha anga juu yao, Waquraysh walimkabili Allah na kumwambia atekeleze tishio lake.

Surah 17:92 – Waquraysh Wanamtia Allah Changamoto

📖 (Tafsiri ya Yusuf Ali)

"Au ushushe anga lianguke vipande vipande juu yetu, kama unavyosema litatokea."

● Hakuna kilichotokea.

→ Allah alishindwa kabisa kutekeleza tishio lake.

Kuchambua Tena Surah 17:59 – Pigo la Kifo kwa Uislamu

Tukitafakari tena Surah 17:59, aya hii ya Qur'ani inapiga pigo kubwa kwa Uislamu.

📌 Inafichua wazi Allah ni nani hasa. 📌 Inathibitisha bila shaka yoyote kwamba Allah ni mwongo na Qur'ani ni uongo.

→ Ushahidi uko wazi kabisa.

Tuanze uchambuzi wetu.

Allah Adai Kwanini Hakutuma Miujiza

📖 Surah 17:59 – Allah Anakiri Hakutuma Ishara

"Tunajizuia kutuma Ishara (miujiza) kwa sababu watu wa vizazi vya mwanzo waliikataa: Tuliwatumia watu wa Thamud ngamia jike kama ishara ili waone ukweli, lakini walimtendea vibaya."

Kulingana na aya hii, Allah anasema kuwa hakutuma miujiza kwa sababu watu wa kale hawakuziamini.

Je, hili ni kisingizio chenye mantiki?

Je, Mungu wa kweli angeweza kuzuia miujiza kwa sababu ya watu wachache wa zamani?

Kwa nini Allah anatetea kushindwa kwake kwa sababu ya kisa cha ngamia wa Thamud?

Nabii Salih na Watu wa Thamud

☑ Kulingana na Surah 7:73, 75 na 77, Nabii Salih alitumwa kwa watu wa Thamud.

☑ Alikuwa miongoni mwao wakati watu wa Thamud walipomuua ngamia wa Allah.

Surah 7:73 – Nabii Salih Alipewa Ishara ya Ngamia

(Tafsiri ya Yusuf Ali)

"Kwa watu wa Thamud tulimtuma Salih, mmoja wa ndugu zao: Akasema, 'Enyi watu wangu! Mwabuduni Allah: hamna mungu mwingine ila Yeye. Sasa imekujieni ishara dhahiri kutoka kwa Mola wenu! Ngamia huyu wa Allah ni Ishara kwenu: Kwa hivyo, mwacheni achunge katika ardhi ya Allah, wala msimdhuru, la sivyo mtakumbwa na adhabu kali.'"

Surah 7:75 – Viongozi wa Thamud Wanakataa Utume wa Salih

(Tafsiri ya Yusuf Ali)

"Viongozi wa kiburi miongoni mwa watu wake waliwaambia wale waliodhaniwa kuwa wanyonge—waliokuwa waumini: 'Je, mnajua kwa hakika kuwa Salih ni mtume kutoka kwa Mola wake?' Wakasema: 'Hakika tunaamini katika ufunuo uliotumwa kupitia kwake.'"

Surah 7:77 – Watu wa Thamud Wanaua Ngamia

(Tafsiri ya Yusuf Ali)

"Kisha wakamkata mshipa wa miguu ngamia, na kwa kiburi wakakataa amri ya Mola wao, wakasema: 'Ewe Salih! Letesha tishio lako, ikiwa kweli wewe ni mtume wa Allah!'"

Watu wa Thamud walikataa muujiza wa ngamia wa Allah na wakamuua.

Huu ndio ushahidi ambao Allah anatumia kama sababu ya kutotuma miujiza tena!

Je, Nabii Salih Aliishi Lini?

Qur'ani haitaji wakati gani hasa Nabii Salih aliishi.

Lakini tunaweza kusema kwa uhakika kabisa kwamba aliishi kabla ya wakati wa Yesu Kristo.

Kulingana na theolojia ya Kiislamu, hakuna manabii waliotumwa kati ya wakati wa Yesu na Muhammad.

Kwa maneno mengine, hakuna manabii kati ya Yesu na Muhammad.

Kwa hivyo, Nabii Salih lazima alikuwepo kabla ya wakati wa Yesu Kristo.

Sahih Muslim, Kitabu cha 030, Hadithi Namba 5836

Abu Huraira aliripoti hadithi nyingi kutoka kwa Mjumbe wa Allah (rehma na amani iwe juu yake), na moja kati ya hizo ni kwamba Mjumbe wa Allah alisema:

📖 "Mimi ndiye mtu wa karibu zaidi na Yesu, mwana wa Mariamu, miongoni mwa wanadamu wote katika maisha haya na maisha yajayo."

Watu wakamuuliza: "Ewe Mjumbe wa Allah, unawezaje kusema hivyo?"

Naye akajibu: "Manabii ni ndugu katika imani, wakitoka kwa mama tofauti, lakini dini yao ni moja. Hakuna Mtume kati yangu na Yesu Kristo."

Nabii Salih Aliishi Kabla ya Yesu Kristo

Hadithi hii inaonyesha wazi kuwa hakukuwa na nabii yeyote kati ya Yesu na Muhammad.

⇥ Hii inamaanisha kwamba Nabii Salih alitumwa kwa watu wa Thamud kabla ya wakati wa Yesu.

⇥ Hili ni jambo muhimu kwa sababu linamaanisha kuwa Allah alikoma kutuma miujiza muda mrefu kabla ya Yesu Kristo kuwepo duniani.

Ikiwa Allah Alikoma Kutuma Miujiza Kabla ya Yesu, Nani Aliyempa Yesu Nguvu za Kufanya Miujiza?

Ikiwa Allah alikoma kutuma miujiza kabla ya Yesu Kristo, basi nani alimpa Yesu uwezo wa kufanya miujiza ya ajabu?

⇥ Je, hili halithibitishi kuwa Allah si Mungu aliyeempower Yesu Kristo kufanya miujiza?

📌 Ikiwa Allah siye aliyempa Yesu nguvu za miujiza, basi ni nani alifanya hivyo?

☑ Ni Yehova, Mungu wa kweli ambaye Wakristo wa kweli wanamwabudu.

☑ Yeye ndiye aliyempa Yesu uwezo wa kufanya miujiza yote yenye nguvu.

Tazama Tena Madai ya Qur'ani Kuhusu Miujiza ya Yesu

📖 Surah 3:49 (Hilali-Khan)

"Na atamfanya (Yesu) kuwa Mtume kwa Wana wa Israeli, (akisema): 'Nimekuja kwenu na ishara kutoka kwa Mola wenu, kwamba nitakutengenezea mfano wa ndege kwa udongo, kisha nitampulizia pumzi, na atakuwa ndege kwa idhini ya Allah; na ninamponya aliyepofuka tangu kuzaliwa, na mwenye ukoma, na ninawafufua wafu kwa idhini ya Allah. Na ninawajulisha mnachokula, na mnachokiweka akiba katika nyumba zenu. Hakika, katika haya kuna ishara kwenu, ikiwa mnaamini.'"

→ Hii inathibitisha kwamba Yesu alifanya miujiza yenye nguvu, ikiwa ni pamoja na kufufua wafu, kuponya vipofu na kutengeneza viumbe hai kwa pumzi yake.

Qur'ani Inajikana Yenyewe – Ushahidi wa Allah kuwa Muongo

📌 Madai haya mawili ya Qur'ani yanapingana kabisa:

1 Kwa upande mmoja, Surah 17:59 inasema kwamba Allah alikoma kutuma miujiza kwa sababu watu wa Thamud walimuua ngamia wake wa kimiujiza.

2 Kwa upande mwingine, Surah 3:49 inasema kwamba Allah alimpa Yesu uwezo wa kufanya miujiza.

→ Ikiwa Allah alifanya miujiza kupitia Yesu, basi Qur'ani ni uongo kwa sababu inadai kuwa Allah alikoma kutuma miujiza muda mrefu kabla ya Yesu.

→ Lakini ikiwa Allah hakufanya miujiza kupitia Yesu, bado Qur'ani ni uongo kwa sababu inadai kuwa Allah ndiye chanzo cha miujiza ya Yesu.

Waislamu Wana Chaguo Gumu

Sasa Waislamu wanalazimika kuchagua kati ya:

Kitabu Kitakatifu cha uongo (Qur'ani) au Kitabu Kitakatifu cha uongo (Qur'ani).

Na pia wasisahau kwamba yule aliyetoa uongo huu ndiye mungu wao wa Uislamu.

Ikiwa Qur'ani inajikana yenyewe, basi Uislamu si dini ya ukweli.

Hili linatosha kuthibitisha kwamba Uislamu ni uongo.

Onyo kwa Waislamu!

Yohana 8:44

"Ibilisi alikuwa muuaji tangu mwanzo, wala hakusimama katika kweli, kwa sababu kweli haimo ndani yake. Anaposema uongo, anasema kwa mujibu wa asili yake mwenyewe, kwa sababu yeye ni mwongo na baba wa uongo."

Waislamu wanapaswa kuwa waangalifu!

Je, wataendelea kufuata uongo, au watafuata kweli ya Mungu wa kweli, Yehova, aliye mpaji wa uzima wa milele?

Kwa Upande Mwingine, Haiwezekani Kwa Yehova Kusema Uongo

Waebrania 6:18

"Haiwezekani kwa Mungu kusema uongo."

Hii inapaswa kuwa tahadhari kwa Waislamu waaminifu kuhusu chanzo halisi cha Qur'ani.

Allah alitangaza kwa ujasiri wowote kile alichodhani kinahitajika ili kuwadanganya watu.

⇥ Kila alipohitaji kuwavutia wasikilizaji wake kwa nguvu zake za bandia, alizungumza juu ya miujiza aliyodai kuwa alifanya huko nyuma.

⇥ Hata hivyo, watu wa wakati wa Muhammad walipomtaka athibitishe utume wake kwa kufanya miujiza, aliwadanganya akisema: "Nimeacha kutuma miujiza, kwa sababu watu wa zamani hawakuziamini."

Allah ni Mdanganyifu na Hawezi Kuaminika

Tabia hii ya Allah ya kubadilika kama kinyonga na kusema uongo ilimfanya asiwe wa kuaminika na pia kufichua kuwa yeye ni tapeli.

⇥ Alidanganya kwa ujasiri mkubwa ili kutupotosha.

⇥ Leo, zaidi ya Waislamu bilioni moja wamepotoshwa.

⇥ Alipobanwa na kuulizwa maswali, Allah alikimbilia vitisho vya bure.

Mungu wa Kweli Haachi Kutuma Miujiza kwa Sababu ya Ukosefu wa Imani

Ingawa baadhi ya watu wa zamani hawakuamini miujiza, kama wale waliomuasi Musa, hii haikumzuia Mungu wa kweli kuwatuma manabii wengi waliofuata baada ya Musa na kuwapa nguvu za kufanya miujiza.

☑ Kwa msaada wa Mungu, manabii hawa walifanya miujiza mikubwa.

⇥ Qur'ani yenyewe inakiri hili.

⇥ Mfano mkubwa wa hili ni miujiza aliyofanya Yesu, ambaye alikuja katika kizazi cha baadaye.

Qur'ani Inakiri Yesu Alifanya Miujiza

🕮 Surah 2:87 (Yusuf Ali)

📢 "Tulimpa Yesu, mwana wa Mariamu, Ishara Dhahiri na tukamtia nguvu kwa roho takatifu."

⇥ Qur'ani inathibitisha kwamba Mungu aliwatumia miujiza manabii wake hata baada ya kizazi kimoja kukosa imani.

⇥ Kwa nini sasa iwe kisingizio kwa Allah?

⇥ Kusema kwamba miujiza si muhimu kwa sababu vizazi vya zamani havikuamini ni kisingizio cha wazi.

☑ Hata kama wengi wangekataa kuamini, miujiza bado ilithibitisha kwamba manabii waliotumwa walikuwa na mamlaka ya kiungu.

☑ Hii ilithibitisha utume wao.

⇥ Hii ilikuwa kweli kwa Musa na Yesu.

Miujiza ya Musa Ilibadilisha Hata Wachawi wa Farao

📌 Jambo muhimu ni kwamba watu waaminifu waliguswa na miujiza ya kiungu.

☑ Wakiwa wameguswa na miujiza waliyoona, walitubu na kumgeukia Mungu wa kweli.

⇥ Kinyume na sababu aliyoitoa Allah kwa kutotuma miujiza, Qur'ani yenyewe inashuhudia kwamba miujiza iliyofanywa na manabii wa zamani, kama Musa na Yesu, iliwafanya watu kuamini uhalali wa ujumbe wao.

📌 Kwa mfano, miujiza aliyofanya Musa hata iliwasukuma wachawi wa Farao kuacha uchawi wao wa kishetani na kumgeukia Mungu wa kweli.

Surah 7:113-122 – Wachawi wa Farao Wanageuka kwa Mungu wa Kweli

🕮 (Tafsiri ya Yusuf Ali)

"Basi wachawi walikuja kwa Farao, wakasema, 'Hakika tutapata tuzo nzuri ikiwa tutashinda!'

Farao akasema: 'Ndiyo, na zaidi – kwa kuwa mtapewa vyeo vya juu miongoni mwangu.'

Wakasema: 'Ewe Musa! Je, utarusha kwanza, au turushe sisi kwanza?'

Musa akasema: 'Rusheni nyinyi kwanza.'

Basi walipotupa, walipumbaza macho ya watu, na kuwatia hofu; kwa maana walionyesha uchawi wa ajabu.

Tukampa Musa ufunuo akisema: 'Tupa sasa fimbo yako' – na tazama! Ilimeza papo hapo uongo wote walioufanya!

Basi ukweli ukathibitishwa, na yote waliyofanya yakawa bure.

Wakuu wa wachawi wakashindwa pale pale, na wakaonekana wadogo.

Lakini wachawi wakaanguka kifudifudi kwa sajida, wakisema: 'Tunaamini kwa Bwana wa Walimwengu, – Bwana wa Musa na Haruni.'"

Hii inaonyesha wazi kwamba miujiza ya kweli inaweza kuwa njia ya watu wengi kuamini Mungu wa kweli.

Ikiwa Allah alitaka watu waamini, kwa nini akatae kutuma miujiza?

Kwa nini Allah aseme uongo akidai kwamba hakutuma miujiza tena kwa sababu watu wa zamani hawakuziamini?

Jibu ni wazi – Allah si Mungu wa kweli.

Hata chini ya tishio la kifo kwa kusulubiwa mikononi mwa Farao, wachawi waliotubu walijibu kwa imani isiyotetereka:

Surah 7:125 (Yusuf Ali)

"Kwa ajili yetu, sisi hatimaye tutarudishwa kwa Mola wetu."

Hii inathibitisha kwamba Allah alidanganya aliposema kuwa watu wa zamani hawakuamini miujiza.

Kwa hakika, ilikuwa kushindwa kwa Muhammad kufanya miujiza kulikosababisha watu kuhoji uhalali wa utume wake.

Na ilikuwa ni visingizio vya Allah vya kutotuma miujiza vilivyofanya watu waweke shaka juu ya uungu wake.

Waquraishi Walitaka Ishara ya Miujiza Kabla ya Kumwamini Muhammad

Kabla ya kuukubali ujumbe wa Muhammad kama wa kweli, watu wa Makka walitaka athibitishe utume wake kwa kufanya muujiza.

Hata hivyo, badala ya kuwapa ishara ya kimiujiza, Allah alitoa kisingizio.

Alisema kuwa hawataamini hata kama miujiza itafanywa kwa faida yao.

Surah 6:111

“Hata kama malaika wangeteremshwa kwao, au wafu wakafufuka na kuzungumza nao, hawataamini.”

Waquraishi Walimpa Muhammad Changamoto Alete Malaika au Afanye Miujiza

Surah 17:90-92 (Shakir)

"Wanasema: Hatutakuamini kabisa mpaka utufanyie chemchemi itoke ardhini kwa ajili yetu."

"Au uwe na bustani ya mitende na mizabibu na ufanye mito itiririke humo."

"Au ushushie vipande vya mbingu juu yetu kama unavyodai, au umlete Allah na malaika mbele yetu ili tuwaone."

Fikiria kwa makini!

Je, wale waliotaka miujiza mahsusi kama ishara ya uthibitisho, wangeweza kukataa kuamini mara baada ya miujiza hiyo kufanyika mbele ya macho yao?

Hili haliwezekani!

Allah alidanganya tena.

Uislamu Ulisambazwa Kwa Upanga wa Muhammad, Sio Miujiza

Bila miujiza yoyote ya kuthibitisha Uislamu, ni nini kilichosababisha watu wa Makka kuingia katika Uislamu?

Miaka kadhaa baadaye, upanga wa Muhammad ulipoanza kung'aa katika Jangwa la Arabia, Waquraishi walikubali Uislamu na 'kuingia katika dini ya Allah kwa makundi.'

Surah 110:2 (Pickthall)

"Na unawaona watu wakiingia katika dini ya Allah kwa makundi."

Haikuwa kwa sababu ya mawe yaliyomsalimu Muhammad, wala miti iliyomsalimu, bali ilikuwa kwa sababu ya upanga wake.

Kuzingatia Mada ya Hatima (Predestination) Katika Uislamu

- Sasa tutazingatia dhana ya hatima katika Uislamu.
- Tutaeleza jinsi hatima inavyopewa umuhimu zaidi kuliko miujiza na jinsi inavyofanya miujiza kuwa haina maana yoyote katika Uislamu.

SURA YA 08

MIUJIZA NA HATIMA (PREDESTINATION)

Badala ya kuthibitisha utume wa Muhammad kwa kufanya miujiza, Allah alifichua aya ifuatayo ya Qur'ani:

🕮 Surah 13:27 (Ahmed Ali)

📢 "Wasioamini wanasema: 'Kwa nini hakuna muujiza ulioshushwa kwake kutoka kwa Mola wake?' Sema: 'Allah humpotosha yeyote amtakaye, na humwongoza yeyote anayemgeukia kwa toba.'"

⇥ Aya hii ya Qur'ani si tu kwamba inathibitisha hoja yetu kuwa Muhammad hakufanya miujiza, bali pia inafichua tabia ya uovu ya Allah.

☑ Je, haingekuwa jambo la rehema zaidi kwa Allah kutuma muujiza ili kuwashawishi Waquraishi badala ya kuwapotosha kwa makusudi?

→ Hata zaidi ya hayo, aya zifuatazo za Qur'ani zinatia shaka na kuonyesha wazi tabia ya udanganyifu ya Allah.

Surah 6:109-111 – Allah Hukataa Kuonyesha Miujiza na Huwapotosha Watu

Tafsiri ya Sarwar

📖 "Wasioamini wanaapa kwa Mungu kwa viapo vyao vikubwa kuwa wakionyeshwa muujiza, watamwamini. Muhammad, waambie, 'Miujiza yote iko kwa Mungu pekee.' Hata kama muujiza ungefanyika, bado wasingeamini.

📖 Tutageuza mioyo yao na macho yao mbali na muujiza; kwa kuwa hawakuamini miujiza tangu mwanzo, na tutawaacha vipofu katika uasi wao.

📖 Laiti tungalituma malaika kwao, na kuwafanya wafu wazungumze nao, na kufufua kila kitu mbele ya macho yao, bado wasingeamini, isipokuwa Mungu angetaka iwe hivyo. Lakini, kwa kweli, wengi wao wanapuuza ushahidi."

Tafsiri ya Abdel Haleem

📖 "Wanaapa kwa Mungu kwa viapo vyao vikubwa kuwa wakionyeshwa ishara ya kimiujiza, watamwamini. Sema: 'Ishara zote ziko chini ya mamlaka ya Mungu pekee.' Je, ni nini kitakachowafanya waumini watambue kwamba hata ikiwa ishara ingekuja kwao bado wasingeamini?

📖 Tutageuza mioyo yao na macho yao, kama walivyokataa kuamini mara ya kwanza, na kuwaacha wazame katika ukaidi wao.

📖 Hata kama tungalituma malaika kwao, na wafu wakazungumza nao, na tukakusanya kila kitu mbele ya macho yao, bado wasingeamini, isipokuwa Mungu angeamua hivyo, lakini wengi wao hawajui hili."

Allah Hupotosha na Hataki Watu Waamini

✎ Aya hizi zinaonyesha kuwa Allah hana nia ya kweli ya kuwaokoa wanadamu.

⇥ Badala ya kuwapa watu nafasi ya kweli ya kuamini, anasema waziwazi kwamba hata ikiwa miujiza ingefanywa, bado angewafanya watu washindwe kuamini.

⇥ Hii inathibitisha kuwa Allah si Mungu wa kweli anayejali wokovu wa wanadamu, bali ni mungu wa udanganyifu anayewapotosha watu kwa makusudi.

Je, Mungu wa Kweli Angefanya Hivi?

✎ Katika Biblia, Mungu wa kweli Yehova daima aliwapa watu ushahidi wa kutosha kupitia miujiza ili kuthibitisha manabii wake.

☑ Musa alifanya miujiza ili kuthibitisha utume wake.

☑ Yesu alifanya miujiza ili kuthibitisha kuwa alitumwa na Mungu.

☑ Mitume wa Yesu walifanya miujiza kwa nguvu za Mungu wa kweli.

⇥ Kwa nini basi Allah anasema kuwa hata akituma malaika au kufufua wafu bado watu wasingeamini?

✎ Hii inathibitisha kwamba Allah si Mungu wa kweli, bali ni mungu wa uongo anayewapotosha watu badala ya kuwaongoza kwenye ukweli.

Kuhusu Washirikina, Allah Alisema Atawazuia Wasiione Miujiza

✎ Allah alisema kuwa "atawageuza mioyo yao na macho yao mbali na muujiza" kwa sababu "hawakuwa na imani katika miujiza tangu mwanzo."

⊡ Kwa kuwa hakuna ishara au miujiza yoyote iliyotumwa kwa watu wa wakati wa Muhammad, Allah anawezaje kusema kwamba "hawakuwa na imani katika miujiza tangu mwanzo"?

Muujiza unaotajwa hapa unaweza tu kurejelea kile kinachodaiwa kuwa muujiza wa Qur'ani.

Na Surah 8:31 inathibitisha hitimisho hili:

Surah 8:31 – Washirikina Wakataa Qur'ani

(Tafsiri ya Ali Quli Qara'i)

"Ishara zetu zinaposomwa kwao, wanasema, 'Tayari tumeshasikia. Tukitaka, tunaweza pia kusema kama hii. Haya si chochote ila hadithi za kale.'"

Kwa "Ishara" kusomwa, inapaswa kuwa ni maandiko ya Qur'ani.

Washirikina walikataa kuamini Qur'ani kwa sababu hawakuona chochote cha kushangaza kinachoweza kuthibitisha kuwa ni Neno la Mungu.

Walipomkabili Muhammad, walimwambia: "Tayari tumeshasikia. Tukitaka, tunaweza pia kusema kama hii. Haya si chochote ila hadithi za kale."

☑ Hili linaonyesha kwamba walihitaji uthibitisho wa kweli, kama ule wa Yesu, Musa na manabii wa Biblia.

Surah 21:5 – Watu Wamtaka Muhammad Alete Muujiza Kama Manabii wa Kale

(Tafsiri ya W. Khan)

"Baadhi yao wanasema, 'Haya ni ndoto zake zilizochanganyikiwa.' Wengine wanasema, 'Amebuni haya yeye mwenyewe,' na wengine wanasema, 'Yeye ni mshairi.' Na aseme, 'Alete ishara kama walivyofanya wajumbe wa awali.'"

⇥ Hakukuwa na uponyaji, kutembea juu ya maji, kugawanya bahari, kufufua wafu, kulisha umati au mafundisho yoyote ya kushangaza katika Qur'ani kuthibitisha mamlaka ya kiungu ya utume wa Muhammad.

☑ Hivyo, watu wangekosaje kuwa na mashaka na kumkabidhi maisha yao na wokovu wao kwa mtu mmoja asiyejua kusoma wala kuandika bila uthibitisho wa kweli?

Surah 6:111 – Hakuna Uhuru wa Kuamua Katika Uislamu

🕮 (Tafsiri ya Pickthall)

📢 "Hata kama tungalishusha malaika kwao, na wafu wakazungumza nao, na tukakusanya vitu vyote dhidi yao kwa mpangilio, bado wasingeamini isipokuwa Allah apende hivyo. Hata hivyo, wengi wao ni wajinga."

📌 Allah anasema wazi kwamba "wasingeamini isipokuwa Allah apende hivyo."

⇥ Je, huwezi kuona uovu ulio wazi wa aya hii ya Qur'ani?

☑ Inaonyesha kuwa hakuna uhuru wa kuchagua katika Uislamu.

📌 Je, Allah hafanyi hila kwa kuwanyima watu uwezo wa kuona ukweli?

⇥ Ikiwa Allah tayari alikuwa ameamua kabla kwamba watu hawa wataendelea kutokuwa waumini na kushikilia ushirikina, kuna haja gani ya miujiza?

⇥ Kuna haja gani ya manabii kuwahubiria?

⇥ Kuna haja gani ya maandiko ya kuwaongoza?

📌 Je, haya yote hayatakuwa kazi isiyo na maana?

HITIMISHO LISILOWEZEKANA KUEPUKWA

Hawa watu hawataweza kuamini kwa sababu Allah hakutaka waamini.

Hii inathibitishwa na tamko la moja kwa moja la Allah katika Surah 6:110:

(Tafsiri ya Sarwar)

"Tutawageuza mioyo yao na macho yao mbali na muujiza."

Allah Mwenye Rehema Anatangaza Hatima ya Watu

Surah 32:13 (Yusuf Ali)

"Kama tungelitaka, kwa hakika tungeliwapa kila nafsi uongofu wake wa kweli. Lakini Neno langu litatimia: 'Nitajaza Jahannamu kwa Majini na watu wote pamoja.'"

Kulingana na aya hii ya Qur'ani, Allah hatatoa uongofu kwa kila mtu.

Lakini jambo baya zaidi ni tabia ya uovu iliyo wazi katika tamko la Allah.

Anasema kwamba kama angependa, angeweza kuwaongoza wanadamu wote.

Lakini hataki kufanya hivyo kwa sababu anataka kuhakikisha kuwa Neno lake la kujaza Jahannamu linatimia.

Je, inaweza kufikirika kwamba Mungu wa kweli angeweka lengo lake kuwa kuangamiza watu kwa makusudi?

Hili ni uovu wa hali ya juu.

Hata hivyo, hii ndiyo hali halisi ya Allah wa Uislamu.

Qur'ani inasema wazi kuwa kwa sababu hii, Allah anazuia kwa makusudi uongofu kwa wale ambao ameamua kuwahukumu Jahannamu tangu awali.

Mungu wa Kweli Hutoa Uongofu Kwa Wote

Mungu wa kweli angetoa uongofu wake kwa kila mtu na kisha angemhukumu mtu kulingana na jinsi alivyoitikia uongofu huo.

☑ Mungu wa kweli hangekusudia mapema hatima ya mtu yeyote kabla ya kumpa nafasi ya kuchagua.

Badala ya kutoa uongofu kwa wote, Allah anawatishia wale ambao ameamua kutowaongoza kwa maangamizi katika maisha haya na adhabu kali katika Akhera.

→ Hii inathibitisha kwamba kulingana na mafundisho ya Uislamu, miujiza haina maana yoyote.

☑ Wale ambao Allah amewapangia wokovu wataokolewa.

☑ Wale ambao Allah amewapangia kuangamia watahukumiwa.

Kwa hivyo, kuna haja gani ya miujiza ya Musa na Yesu katika Uislamu?

Mifano Zaidi ya Aya za Qur'ani Zinazothibitisha Hatima Imepangwa Kabla ya Kuzaliwa

Kulingana na theolojia ya Kiislamu, matendo yetu yote, maamuzi yetu yote, na hata hatima yetu ya mwisho imepangwa kabla hatujazaliwa.

Kwa hivyo, miujiza haina maana katika Uislamu.

Kwa maneno mengine, ikiwa na bila miujiza, hatima ya wanadamu tayari imeshapangwa.

Surah 4:88 – Hakuna Uongofu kwa Wale Allah Amewapoteza

🕮 (Hilali-Khan)

"Na yule ambaye Allah amemfanya kupotea, kamwe hutapata njia yoyote ya uongofu kwake."

Surah 5:44 – Allah Huwahukumu Watu Kwa Dhambi Kabla Hawajazifanya

🕮 (Pickthall)

"Yeyote ambaye Allah amemhukumu kwa dhambi, wewe kwa juhudi zako hutamfaidia chochote dhidi ya Allah.

Hao ni wale ambao mapenzi ya Allah ni kwamba asiwasafishe mioyo yao.

Kwao, duniani kutakuwa na fedheha, na katika Akhera adhabu ya kutisha."

Surah 14:4 – Allah Huwapoteza Wale Anaowataka

🕮 (Pickthall)

"Kisha Allah humpoteza yeyote amtakaye, na humwongoza yeyote amtakaye.

Yeye ni Mwenye nguvu, Mwenye hekima."

Surah 39:23 – Wale Allah Amewapoteza, Hawana Miongozo

🕮 (Pickthall)

"Na yule ambaye Allah amemfanya kupotea, hakuna wa kumuongoza."

Kwa Nini Miujiza na Manabii Hawana Maana Katika Uislamu?

✎ Aya hizi zote za Qur'ani zinaonyesha kwamba, kulingana na theolojia ya Kiislamu, manabii hawawezi kubadilisha wala kushawishi mtu ambaye Allah amemhukumu kupotea tangu awali.

→ Hili linafanya kuwa bure kabisa kuwepo kwa manabii au hata hitaji la vitabu vitakatifu vilivyoongozwa.

✎ Kwa kweli, ni kitu gani manabii au vitabu vyao vinaweza kufanya ili kubadilisha wale ambao tayari wamepangiwa kupotea na Allah?

→ Hii pia inamaanisha kuwa hakuna kiasi cha miujiza kinachoweza kubadilisha hatima ya mtu ambaye Allah amemhukumu Jahannamu milele.

✎ Kwa hivyo, kutumia miujiza kama njia ya kuwashawishi wasioamini haina maana yoyote katika Uislamu.

Kwa Hivyo, Allah Si Mungu wa Kweli

✎ Allah hawezi kuwa Mungu wa kweli. Yeye si Mungu anayefunuliwa katika Biblia Takatifu.

→ Biblia inamtambulisha Yehova kama Mungu wa pekee wa kweli.

☑ Na Yehova alimuumba mwanadamu akiwa na uhuru wa kuchagua mema au mabaya.

Yehova Alimpa Mwanadamu Uhuru wa Kuchagua

📖 Kumbukumbu la Torati 30:19

📢 "Nimeweka mbele yako uzima na mauti, baraka na laana, na lazima uchague uzima ili uweze kuendelea kuishi."

⇥ Mungu wa kweli, Yehova, anampa mwanadamu uhuru wa kuchagua, badala ya kumpangia hatima bila ridhaa yake.

Yehova Alithibitisha Ujumbe Wake kwa Miujiza Kupitia Musa na Yesu

📌 Yehova, kama Mungu Mwenyezi, alifanya miujiza mingi kupitia Musa na Yesu ili kuthibitisha ujumbe wao wa kiungu.

⇥ Hakutoa visingizio.

☑ Kwa sababu ya mafundisho yenye nguvu na miujiza aliyofanya Yesu Kristo, nabii mkuu wa nyakati zote, Ukristo ulienea duniani kote bila kutumia upanga.

Yesu Alifundisha Amani, Si Vita

📖 Mathayo 26:52

📢 "Wale wote wanaochukua upanga, wataangamia kwa upanga."

⇥ Hii inaonyesha wazi kuwa Yesu hakutegemea vurugu au kulazimisha watu waamini, bali alitegemea ukweli na upendo wa Mungu wa kweli.

Muhammad Hakupata Wafuasi Wengi Katika Miaka 13 ya Kazi Yake

📌 Baada ya miaka kumi na mitatu ya kuhubiri huko Makka, Muhammad alipata wafuasi wasiozidi mia moja.

⇥ Jumbe za Surah za Makka hazikuleta matunda.

⇥ Suluhisho pekee ambalo Muhammad aliyekosa miujiza angeweza kupata lilikuwa kutumia upanga.

📌 Baada ya kuhama kwenda Madina, Muhammad alikusanya wafuasi wenye silaha.

Uislamu ukawa na nguvu kwa njia ya upanga.

Mambo ya kimwili yalichukua nafasi ya mambo ya kiroho.

Upanga wa mwili ulichukua nafasi ya upanga wa roho.

Surah 2:191

"Waueni popote mnapowakuta."

Huu ukawa mwito wa Allah na Muhammad.

Uislamu Uliosambazwa kwa Hofu ya Upanga

Kwa kuwa hakukuwa na miujiza kuthibitisha wito wake wala ukweli wa kiroho wa kuingia mioyoni mwa watu, dini ya Muhammad iliendelea kwa kuhamasisha hofu kupitia tishio la upanga wa Kiislamu.

Sahih Bukhari Juzuu ya 4, Kitabu cha 22, Hadithi Namba 220:

"Mjumbe wa Allah alisema, 'Nimeshinda kwa kutisha.'"

Ndiyo! Muhammad hakuwa mfanya miujiza bali alikuwa gaidi wa kwanza wa Kiislamu.

Uamuzi Ni Wao Waislamu

Yehova na Allah, Yesu Kristo na Muhammad, Ukristo na Uislamu, Biblia na Qur'ani, Miujiza na Kukosa Miujiza – haya yote ni mambo yanayopingana.

Waislamu lazima waamue!

SURA YA 09

KUPASUKA KWA MWEZI

Waislamu wanadai kuwa kuna ushahidi katika Qur'ani unaoonyesha kuwa Muhammad alifanya miujiza ili kuthibitisha utume wake.

Wanaamini kuwa alipasua mwezi mara mbili.

Wanatumia Surah 54:1-2 kuthibitisha madai haya.

Surah 54:1-2 – Tafsiri Mbalimbali

(Yusuf Ali)

"Saa (ya Hukumu) imekaribia, na mwezi umepasuka: Lakini wanapoona ishara wanageuka na kusema, 'Hii si chochote ila ni uchawi wa mpito.'"

(Muhammad Sarwar)

"Saa ya mwisho inakaribia na mwezi umepasuka vipande viwili. Wakati wowote wanapoona muujiza, wanaukataa na kusema, 'Hii ni uchawi wenye nguvu tu.'"

Inadaiwa kuwa aya hizi za Qur'ani zinaelezea muujiza wa Muhammad wa kupasua mwezi.

Anasemekana alipasua mwezi mbele ya Waquraishi wa Makka.

Lakini je, aya hizi za Qur'ani kweli zinaelezea muujiza wa Muhammad?

Hoja Zinazopinga Madai Haya

Hoja ya Kwanza: Muhammad hatatajwa popote katika kifungu hiki cha Qur'ani.

Hoja ya Pili: Ikiwa ni muujiza wa Muhammad, basi inapingana na aya nyingine zote katika Qur'ani zinazoonyesha kuwa Muhammad hakuwa na uwezo wa kufanya miujiza kwa sababu alikuwa "mtoa onyo tu."

Hoja ya Tatu: Hii pia inapingana na sababu iliyothibitishwa na Allah katika Qur'ani kuwa kama "mtoa onyo tu" hakuwa na haki ya kufanya miujiza.

Hoja ya Nne: Iwapo Muhammad kweli alifanya muujiza wa kiwango hiki, basi wasioamini wasingekuwa na sababu ya kuendelea kudai ishara baadaye.

Na isingekuwa lazima kwa Muhammad kupigana vita dhidi ya Waquraishi wa Makka waliokuwa wakipinga utume wake.

Hoja ya Tano: Qur'ani yenyewe inashuhudia kuwa muujiza pekee uliotolewa kwa Muhammad na Allah ulikuwa ni Qur'ani.

Na Allah anahakikisha kutosheleza milele kwa Qur'ani kwa kuuliza:

"Je, haikutoshi?"

✐ Muujiza wowote wa ziada sasa ungeonyesha kuwa Qur'ani haitoshi.

✐ Hoja ya Sita: Qur'ani mara kwa mara inarejelea "Saa ya Hukumu" kama tukio litakalotokea mwishoni mwa nyakati wakati Mungu atatekeleza hukumu.

⇥ Kwa hivyo, kifungu hiki cha Qur'ani hakuwezi kuwa muujiza wa Muhammad bali ni unabii ambao bado haujatimia.

✐ Dai la kwamba Muhammad alipasua mwezi si la kweli kwa mujibu wa Qur'ani yenyewe.

✐ Hakuna popote panaposema Muhammad alifanya muujiza huu.

✐ Ikiwa kweli Muhammad alifanya muujiza huu, basi Qur'ani ingekuwa imeonyesha wazi ushahidi wake.

⇥ Lakini Qur'ani inakataa dhana ya Muhammad kuwa mfanya miujiza.

☑ Hivyo basi, madai ya kupasuka kwa mwezi ni hadithi ya kubuniwa ambayo haithibitishwi na Qur'ani.

Tusome simulizi kamili ya akaunti hii ili kuelewa kipindi ambacho tukio hili linatarajiwa kutokea:

📖 Surah 54:1-8 (Muhammad Sarwar)

1. Saa ya Hukumu inakaribia, na mwezi umepasuka.
2. Kila wanapoona muujiza, wanaukataa na kusema, "Huu ni uchawi wenye nguvu."
3. Wameukataa na wamefuata matamanio yao wenyewe, lakini mambo yote yatatatuliwa na Mungu.
4. Kwa hakika, wamepokea aina ya habari ambayo ina funzo na maneno madhubuti ya hekima,
5. lakini maonyo hayo hayajawa na athari yoyote kwao.
6. (Muhammad), waache peke yao. Siku watakapoitwa kwenye adhabu kali,

7. watatoka makaburini mwao, macho yao yakiwa yameinama, wakikimbilia kwa yule anayewaita kama nzige wanaotangatanga.

8. Hawa makafiri watasema, "Hii ni siku ngumu."

Ufafanuzi wa Wakati wa Tukio

📌 Neno "Saa ya Hukumu" au "Siku ya Kiyama" au "Siku ya Ufufuo" yote yanamaanisha tukio moja.

⇥ Katika Kiarabu, linajulikana kama "Qiyamah" ambalo linamaanisha "Mwisho wa Nyakati."

☑ Kwa hivyo, simulizi hii kwa kweli inahusu matukio yajayo yatakayotokea wakati wa mwisho wa dunia.

Mstari wa Kwanza

📖 "Saa ya Hukumu inakaribia, na mwezi umepasuka."

⇥ Huu ni unabii kuhusu jambo linalotokea wakati wa hukumu ya mwisho, si muujiza wa Muhammad.

Mistari ya Sita na Saba

📖 "Siku watakapoitwa kwenye adhabu kali, watatoka makaburini mwao."

⇥ Sasa, ni nani aliyefufuliwa siku ambayo Muhammad anadaiwa kupasua mwezi?

⇥ Ikiwa hili lilitokea wakati wa Muhammad, mbona hakuna ushahidi wa mtu yeyote aliyefufuliwa?

Kutokuwepo kwa Rekodi Katika Hadithi za Kiislamu

Kwa nini hakuna uthibitisho wowote katika mkusanyiko mzima wa Hadithi zinazoonyesha kuwa tukio hili lilitokea wakati wa Muhammad?

Hakuna hata roho moja iliyofufuliwa baada ya "kupasuka kwa mwezi."

Je, si jambo la kushangaza kwa Allah anayejua yote kuchagua muujiza wa pekee ambao haukushawishi Waquraishi waliokataa kuamini?

Si ingekuwa rahisi zaidi kutekeleza muujiza rahisi moja kwa moja duniani kwa ajili ya Waquraishi kushuhudia?

Waquraishi walitaka Muhammad afanye muujiza rahisi tu, kama "kusababisha chemchemi ibubujike kutoka ardhini."

Hilo si jambo gumu kwa Mungu wa kweli.

Hakuna Ushahidi wa "Kupasuka kwa Mwezi" Nje ya Uislamu

Hakuna rekodi yoyote popote pale ulimwenguni kuhusu "kupasuka kwa mwezi" isipokuwa kutoka ndani ya Uislamu.

Ikiwa tukio hili lilitokea, basi lilipaswa kuwa jambo la kushangaza duniani kote.

Lisingeweza kupuuzwa kama tukio dogo.

Lakini, isipokuwa Waislamu, hakuna chanzo kingine chochote cha kihistoria kinachorekodi tukio hili.

Fakhruddin Razi (1149 BK – 1209 BK) Kuhusu Kupasuka kwa Mwezi

Fakhruddin Razi alikuwa mwanafalsafa na mwanatheolojia Mwislamu wa Kisunni wa Kiajemi ambaye aliandika kwa Kiarabu.

Kuhusu dai la Waislamu kwamba Surah 54:1-2 inahusu muujiza wa Muhammad wa kupasua mwezi, Fakhruddin Razi alisema yafuatayo:

"Wafasiri wengi wanaona aya hii kama rejeleo la tukio linalosemekana kushuhudiwa na baadhi ya watu wa wakati wa Mtume. Kama ilivyoelezwa katika ripoti mbalimbali zinazorejea kwa Maswahaba fulani, mwezi ulionekana usiku mmoja kana kwamba umepasuka katika sehemu mbili tofauti.

"Ingawa hakuna sababu ya kutilia shaka ukweli wa kibinafsi wa ripoti hizi, inawezekana kuwa kilichotokea kwa kweli kilikuwa ni aina isiyo ya kawaida ya kupatwa kwa mwezi kwa sehemu, jambo ambalo lilisababisha udanganyifu wa macho wa kipekee.

"Lakini, haijalishi tukio hilo lilikuwa la aina gani, ni dhahiri kwamba aya ya Qur'ani hapo juu hairejelei tukio hilo, bali inazungumzia tukio la baadaye: yaani, kile kitakachotokea Siku ya Mwisho inakaribia.

"Qur'ani mara nyingi hutumia wakati uliopita kuonyesha tukio la baadaye, hasa katika vifungu vinavyohusu kuja kwa Saa ya Mwisho na Siku ya Ufufuo. Matumizi haya ya wakati uliopita yanakusudia kusisitiza uhakika wa tukio husika."

Tafsiri Sahihi ya Kupasuka kwa Mwezi

"Hivyo, Raghib anaona kuwa ni sahihi kabisa kufasiri msemo "inshaqqa l-qamar" ("mwezi umepasuka") kama unaohusu janga la ulimwengu - mwisho wa dunia kama tunavyoijua - litakalotokea kabla ya kuja kwa Siku ya Ufufuo."

"Kama ilivyotajwa na Zamakhshari, tafsiri hii inaungwa mkono na baadhi ya wafasiri wa awali."

“Na, kwa mtazamo wangu, tafsiri hii ni ya kuaminika zaidi kwa kuzingatia uwekaji wa pamoja katika aya hiyo ya Qur’ani kati ya ‘kupasuka kwa mwezi’ na ukaribu wa Saa ya Mwisho.”

“Katika muktadha huu, tunapaswa kukumbuka kuwa hakuna rejeleo lolote katika Qur’ani kuhusu ‘ukaribu’ wa Saa ya Mwisho na Siku ya Ufufuo linalotegemea dhana ya muda ya mwanadamu.”

(Ibid., uk. 818, tanbihi ya 1)

Kwa Muhtasari wa Maneno ya Fakhruddin Razi:

1. Hakuna ushahidi wa uhakika kwamba Muhammad alipasua mwezi.

2. Kilichotokea kwa kweli kinaweza kuwa tu udanganyifu wa macho uliosababishwa na kupatwa kwa mwezi.

3. Qur’ani haizungumzii tukio lililotokea wakati wa Muhammad, bali ni unabii wa mwisho wa dunia.

4. Matumizi ya wakati uliopita katika Qur’ani yanakusudia kuonyesha uhakika wa tukio lijalo, sio kuthibitisha tukio lililokwisha kutokea.

5. Tafsiri sahihi ni kwamba kupasuka kwa mwezi ni ishara ya mwisho wa dunia, si muujiza wa Muhammad.

Je, Vipi Kuhusu Hadithi Zinazodai Muhammad Alifanya Muujiza Huu?

Hadithi fulani zinadai kuwa Muhammad kweli alipasua mwezi.

Tuangalie moja ya hadithi hizo:

Sahih Bukhari, Juzuu ya 4, Kitabu cha 56, Hadithi Namba 831:

Imepokewa na Anas: Watu wa Makka walimwomba Mjumbe wa Allah awaonyeshe muujiza, na hivyo akawaonyesha kupasuka kwa mwezi.

Tatizo na Hadithi Hii

Tatizo kuu la hadithi hii ni kwamba inapingana na Qur'ani.

Tayari tumeona kuwa Allah mwenyewe alitoa sababu katika Qur'ani kwa nini Muhammad hakuweza kufanya miujiza.

Tumejifunza pia kwamba muujiza pekee alioupata Muhammad ulikuwa ni Qur'ani.

Kanuni kuu katika theolojia ya Kiislamu ni kwamba ikiwa Hadithi yoyote inapingana na Qur'ani, inapaswa kukataliwa.

Muktadha wa Ufunuo wa Sura Muhimu Zilizotolewa

Tuangalie mpangilio wa Sura zinazohusiana na mjadala huu:

Surah 54:1-2 – Aya za Kupasuka kwa Mwezi (Sura ya Mwanzo ya Makka).

Surah 6:109 – Hakuna Muujiza (Sura ya Mwisho ya Makka).

Surah 13:7 – Hakuna Muujiza (Sura ya Mwisho ya Makka).

Surah 29:50 – Hakuna Muujiza (Sura ya Mwisho ya Makka).

Surah 29:51 – Qur'ani Peke Yake Inatosha (Sura ya Mwisho ya Makka).

Mgongano wa Aya za Qur'ani

Sura nne za Mwisho za Makka, zinazoonyesha kuwa Muhammad hakuweza kufanya miujiza, zilifunuliwa baada ya Sura ya kupasuka kwa mwezi.

Kwa hivyo, ikiwa kweli mwezi ulipasuka kimuujiza kwa mkono wa Muhammad, basi ingekuwa makosa dhahiri kwa Qur'ani kusisitiza baadaye kwamba hakuweza kufanya miujiza.

Kwa nini Muhammad hakutumia "muujiza wa kupasuka kwa mwezi" kuthibitisha utume wake alipokabiliwa na changamoto kutoka kwa Waquraishi?

Kama kweli alifanya muujiza huu, basi angeliutaja mara kwa mara kama uthibitisho wa utume wake.

Lakini hakufanya hivyo.

Je, si jambo la kushangaza kwamba katika Qur'ani nzima, Muhammad hajawahi kutumia muujiza huu wa kushangaza kuwanyamazisha wakosoaji wake? Kwa nini?

Waislamu Waliohadharika na Dai la Muujiza wa Muhammad

Waislamu waliokata tamaa wanamuhusisha Muhammad na muujiza huu kwa nguvu.

Lakini tunajua kwamba wakati manabii wa Mungu wa kweli walipofanya miujiza, walielewa kikamilifu maana na umuhimu wa miujiza yao.

Waislamu wanapodai kuwa Muhammad alipasuwa mwezi, wanapaswa kujiuliza, "Je, Muhammad mwenyewe aliuelewa kikamilifu umuhimu wa muujiza huu?"

Inawezekanaje iwe kweli wakati Muhammad aliamini na kufundisha kwamba jua linazama ndani ya dimbwi la matope?

☑ Ikiwa Muhammad alikosea kuhusu jambo la msingi kama vile mzunguko wa jua, ni vipi anaweza kuwa alihusika na tukio la angani kama kupasuka kwa mwezi?

Imani ya Muhammad Kuhusu Jua na Mwezi

Muhammad aliamini kwamba jua linazama ndani ya dimbwi la matope.

→ Vivyo hivyo, lazima aliamini kwamba mwezi, kama jua, ni mpira mdogo wa mwangaza unaosafiri angani wakati wa usiku.

Kwa hivyo, haishangazi kwamba Muhammad alitoa dai hili la ajabu la kuwa alipasua mwezi mara mbili.

Dai Lisilo na Msingi la Muhammad

Inawezekana alitoa dai hili kwa ujinga kabisa.

→ Angedai jambo hili bila kujua kwamba "kupasuka kwa mwezi" kungekuwa na matokeo mabaya sana.

Hakujua kuwa hili lingeathiri vibaya maisha ya watu duniani.

Hakujua kuwa hili lingeathiri vibaya uthabiti wa dunia.

Hakujua umuhimu wa mvuto wa nguvu za uvutano za mwezi kwa dunia yetu.

☑ Kama Muhammad angejua haya yote, hangeweza kufanya dai hili la kipuuzi la kupasua mwezi mara mbili.

→ Mawazo yenyewe yangemtisha.

Lakini kwa sababu hakujua ukweli huu wote wa kisayansi, alithubutu kutoa dai hili ili kuwadanganya Waquraishi.

→ Na Waquraishi hawakumwamini.

Hakuna mtu mwenye akili timamu angeweza kuamini upuuzi huu.

Dai Jingine Lisilo na Msingi la Muhammad

Na hili si dai pekee la kipuuzi alilowahi kutoa Muhammad.

Aliwahi kudai kwamba alitembelea Allah akiwa juu ya punda anayeruka angani.

Kwa kweli.

Dai la kupasua mwezi tayari ni la kushangaza, lakini hili la kupanda punda wa angani linapita mipaka ya busara!

MUHAMMAD HAKUWAI PASUA MWEZI

Alitumia kupatwa kwa mwezi kama muujiza kwa kuwahadaa Waislamu wa zama zake.

UCHUNGUZI WA DAI LA MUHAMMAD KUHUSU KUPASUKA KWA MWEZI

Sahih Bukhari, Juzuu ya 4, Kitabu cha 56, Hadithi Namba 830:

"Watu wa Makka walimwomba Mtume wa Allah awaonyeshe muujiza, na hivyo akawaonyesha kupasuka kwa mwezi."

Sahih Bukhari, Juzuu ya 4, Kitabu cha 56, Hadithi Namba 831:

"Anas alisimulia kwamba watu wa Makka walimwomba Mtume wa Allah awaonyeshe muujiza, na kwa ajili hiyo aliwaonyesha mwezi unaopasuka."

Hadithi hizi zinadai kwamba mwezi uligawanyika vipande viwili, lakini hakuna ushahidi wowote wa kihistoria nje ya Uislamu unaothibitisha tukio hili.

Hakuna kumbukumbu kutoka kwa majirani wa Waarabu kama Wamisri, Wasyria, au Waajemi waliorekodi tukio hili.

⇥ Qur'ani na Hadithi hazielezi ni jinsi gani mwezi uliweza kurudi kuwa kitu kimoja tena baada ya kupasuka.

📖 Imaam Ahmad anasema kwamba Jubayr bin Mutw'im alisimulia:

"Mwezi ulipasuka vipande viwili wakati wa Mtume wa Allah, na sehemu moja ilikuwa juu ya mlima huku sehemu nyingine ikiwa kwenye mlima mwingine. Wakasema (makafiri): 'Muhammad ametufanyia uchawi!' Kisha wakasema: 'Kama kweli angeweza kufanya hivyo, asingefanya uchawi kwa watu wote?'"

⇥ Jambo hili linadhihirisha kwamba hata wakati huo, watu hawakukubali dai la Muhammad. Walihisi kuwa ni uchawi, si muujiza.

UCHUNGUZI WA KISAYANSI NA MAHESABU

📌 Mwezi una kipenyo cha takriban maili 1,079.

⇥ Ukubwa wake ni takriban maili za mraba milioni 14.6 (kilomita za mraba milioni 38).

⇥ Kwa kulinganisha, bara la Asia lina takriban maili za mraba milioni 17.2.

⇥ Hii inamaanisha kuwa bara la Asia ni kubwa kidogo kuliko mwezi.

📌 Sasa, nusu ya mwezi itakuwa na ukubwa wa takriban maili za mraba milioni 7.3.

⇥ Saudi Arabia ina ukubwa wa maili za mraba 830,000 pekee.

⇥ Hii inamaanisha kuwa nusu ya mwezi ni kubwa mara 14 zaidi ya Saudi Arabia.

📌 Lakini Muhammad anadai kuwa aliweka kipande hicho cha mwezi kwenye mlima!

⊡ Hii ni hoja isiyo na mantiki kwa sababu mlima hauwezi kubeba kitu chenye ukubwa wa nusu ya bara zima la Asia.

☑ Je, Waislamu hawajui hisabati za msingi au wanapenda kujifanya wajinga kwa kuamini dai hili lisilo na msingi?

NINI KILICHOTOKEA KWELI?

📌 Kupatwa kwa mwezi (Lunar Eclipse) ni hali ya mwezi kutoonekana kwa muda mfupi kutokana na kivuli cha Dunia.

⊡ Hali hii hutokea wakati Dunia, Jua, na Mwezi vinapokaa kwenye mstari mmoja, na Dunia kuwa katikati.

⊡ Hali hii inaweza kudumu kwa kati ya saa moja hadi masaa matatu na nusu.

⊡ Mara nyingi, kupatwa kwa mwezi hakuonekani wazi isipokuwa kwa mabadiliko madogo ya rangi ya mwezi.

📌 Muhammad alitumia tukio la kupatwa kwa mwezi na kudai kuwa yeye ndiye aliyepasua mwezi.

☑ Hii ni mbinu ya uongo na udanganyifu wa kiimani, kwa kuwa hakuna ushahidi wa kihistoria au wa kisayansi unaothibitisha dai hili.

MASWALI MUHIMU YA KUJIULIZA

📌 1. Ikiwa Muhammad kweli alipasua mwezi, kwa nini hakuna kumbukumbu yoyote ya kihistoria kutoka kwa mataifa mengine kuhusu tukio hili?

📌 2. Ikiwa nusu ya mwezi ilikuwa juu ya mlima, kwa nini dunia haikutikisika au kusababisha maafa makubwa?

📌 3. Kwa nini Muhammad mwenyewe hakuwahi kutumia dai hili la kupasua mwezi kuthibitisha utume wake katika Qur'ani?

4. Kwa nini hakuna ushahidi wa kisayansi wa kuonyesha kwamba mwezi umewahi kupasuka vipande viwili na kurudi tena?

HITIMISHO LA KIHOJA

Dai la Muhammad kuhusu kupasua mwezi halina msingi wa kihistoria, wa kisayansi, wala wa kimantiki. Ukweli ni kwamba Muhammad alitumia tukio la kupatwa kwa mwezi kudanganya watu ili kuthibitisha utume wake. Kwa kuwa hakuna ushahidi wowote wa nje wa tukio hili, ni wazi kuwa hili lilikuwa hadithi ya kubuniwa ili kushawishi watu.

☑ Muhammad hakuwa na uwezo wa kufanya miujiza, na dai lake la kupasua mwezi ni mojawapo ya mifano mingi ya udanganyifu wake.

SURA YA 10

UTUME WA PAULO KWA MUJIBU WA QUR'AN NA HADITH

Mwanzo wa Utume wa Paulo

Katika **Hesabu 12:6**, Mwenyezi Mungu anaeleza jinsi mitume na manabii wanavyopokea ufunuo kutoka kwake:

📖 **Hesabu 12:6**

"Akawaambia, Sikilizeni basi maneno yangu; Akiwapo nabii kati yenu, Mimi, Bwana, nitajifunua kwake katika maono, nitazungumza naye katika ndoto."

→ **Kwa mujibu wa maandiko haya, manabii wa kweli hupokea wahyi kupitia maono na ndoto. Je, Paulo alitimiza sifa hii ya kuletwa wahyi?**

📖 **Matendo 16:9**

"Wakati wa usiku Paulo akaona maono..."

⊡ Tukio hili linaonyesha kuwa Paulo aliona maono, moja ya njia ambazo Mungu hutumia kuwasiliana na manabii wake. Hii inathibitisha kwamba Paulo alipokea ufunuo wa ki-Mungu kwa mujibu wa utaratibu wa maandiko matakatifu.

Paulo Alitumwa kwa Watu Gani?

Mwenyezi Mungu alifichua wazi kupitia Yesu Kristo kuwa Paulo alikuwa ameteuliwa kwa kazi maalum ya kueneza injili kwa mataifa.

📖 Matendo 9:15

"Lakini Bwana akamwambia Anania... Mtu huyu ni chombo changu kiteule nilichokichagua apate kulichukua jina langu kwa watu wa Mataifa na wafalme wao na mbele ya watu wa Israeli."

⊡ Hapa tunapata uthibitisho kwamba Paulo hakuchagua utume wake mwenyewe bali alichaguliwa na Yesu mwenyewe kama chombo chake maalum kwa ajili ya kazi ya kuhubiri injili kwa watu wa mataifa, wafalme, na Waisraeli.

📖 Matendo 13:2

"Walipokuwa wakimwabudu Bwana na kufunga, Roho Mtakatifu akasema, 'Nitengeeni Sauli na Barnaba kwa kazi ile maalumu niliyowaitia.'"

⊡ Katika aya hii, Roho Mtakatifu mwenyewe alizungumza waziwazi akimtenga Paulo kwa kazi ya utume. Hii inaonyesha kuwa Paulo hakuwa na wazo la kujitwika utume, bali alitiwa wakfu moja kwa moja na Mungu kupitia Roho Mtakatifu.

Kwa mujibu wa maandiko haya, Paulo alitimiza vigezo vyote vya kuwa mtume wa Mungu:

☑ **Alipokea ufunuo wa Mungu kupitia maono, kama ilivyoelezwa katika Hesabu 12:6.**

☑ **Yesu mwenyewe alimtangaza kuwa chombo chake maalumu cha kutangaza injili kwa mataifa (Matendo 9:15).**

☑ **Roho Mtakatifu alimtenga rasmi kwa kazi ya utume (Matendo 13:2).**

→ **Kwa hivyo, Paulo hakujiteua kuwa mtume, bali alichaguliwa na Mungu mwenyewe kupitia Yesu Kristo na Roho Mtakatifu, kama ilivyokuwa kwa manabii wa kale.**

JE, PAULO MWENYEWE ANAJISHUHUDIA VIPI KUHUSU UTUME WAKE?

Katika maandiko matakatifu, Paulo mwenyewe anatoa ushuhuda wa moja kwa moja kuhusu utume wake na chanzo chake. Hakusita kueleza kwamba utume wake haukutoka kwa wanadamu bali ulikuwa wa kimungu, kupitia Yesu Kristo na Mungu Baba.

📖 **Wagalatia 1:1**

"Paulo, mtume, si mtume wa wanadamu aliyetumwa na mwanadamu, bali na Yesu Kristo na Mungu Baba aliyemfufua Yesu kutoka kwa wafu."

→ **Katika aya hii, Paulo anathibitisha kuwa hakuchaguliwa na wanadamu kuwa mtume, wala hakutumwa na mwanadamu yeyote, bali alichaguliwa moja kwa moja na Yesu Kristo na Mungu Baba. Hii inaonyesha kuwa utume wake ulikuwa wa kipekee na wa kimungu.**

📖 **Wakolosai 1:1**

"Paulo, mtume wa Kristo Yesu kwa amri ya Mungu Mwokozi wetu na ya Kristo Yesu tumaini letu."

→ **Hapa Paulo anasisitiza tena kwamba utume wake umetokana na amri ya Mungu Mwokozi wetu na**

Yesu Kristo. Hii inamaanisha kuwa hakuna mamlaka nyingine zaidi ya Mungu mwenyewe iliyomweka Paulo katika nafasi ya utume.

UTHIBITISHO KUWA PAULO NI MTUME WA MUNGU

Kutokana na ushuhuda wake mwenyewe na maandiko mengine, tunapata uthibitisho kuwa:

☑ **Paulo hakuchaguliwa na wanadamu bali na Mungu mwenyewe kupitia Yesu Kristo (Wagalatia 1:1).**

☑ **Paulo alitiwa wakfu na Roho Mtakatifu kwa kazi maalum ya kuhubiri injili (Matendo 13:2).**

☑ **Yesu mwenyewe alimtokea Paulo na kumtuma kwa mataifa (Matendo 9:15).**

☑ **Roho Mtakatifu alimfunulia Paulo mafundisho ya injili, sio wanadamu (Wagalatia 1:11-12).**

📖 **Wagalatia 1:11-12**

"Kwa maana, ndugu zangu, injili niliyohubiri siyo ya asili ya kibinadamu. Kwa kuwa sikuipokea kutoka kwa mwanadamu, wala sikuifundishwa; bali niliipata kwa ufunuo wa Yesu Kristo."

→ **Paulo anathibitisha kuwa mafundisho yake hayakutoka kwa wanadamu bali yalifunuliwa kwake moja kwa moja na Yesu Kristo.**

Kwa mujibu wa ushuhuda wa Paulo mwenyewe na maandiko mengine, ni dhahiri kuwa:

◈ **Paulo alikuwa mtume aliyechaguliwa na Mungu mwenyewe, si mwanadamu.**

◈ **Yesu Kristo mwenyewe alimtokea na kumtuma kwa mataifa.**

◈ **Roho Mtakatifu alimtenga kwa kazi ya injili na kumfunulia mafundisho ya Mungu.**

→ **Kwa hivyo, Paulo ni mtume wa kweli wa Mungu, na ushuhuda wake unathibitishwa na maandiko matakatifu.**

UTUME WA PAULO KWA MUJIBU WA QUR'AN NA HADITH ZA MTUME

Sifa za Imani ya Mwislamu

Kwa mujibu wa mafundisho ya Kiislamu, mtu anayeamini Uislamu lazima akubali misingi sita ya imani:

1. **Kumwamini Mwenyezi Mungu.**
2. **Kuamini Malaika wa Mwenyezi Mungu.**
3. **Kuamini Vitabu vya Mwenyezi Mungu.**
4. **Kuamini Mitume wake.**
5. **Kuamini Kheri na Shari zake.**
6. **Kuamini Siku ya Mwisho (Siku ya Malipo).**

Kwa mujibu wa mada hii, tutajikita zaidi katika sifa ya nne—**Kuamini Mitume wa Mwenyezi Mungu.**

Idadi ya Mitume Katika Uislamu

Kwa mujibu wa mafundisho ya Kiislamu, kuna jumla ya mitume wapatao **124,000** ambapo ni **mitume 25** tu waliotajwa kwa jina katika Qur'an. Mtume Muhammad (S.A.W) alipata kufunuliwa habari za hawa mitume wachache pekee, kama inavyosema Qur'an:

📖 **Qur'an 4:164**

"Na mitume tuliokwisha kukuhadithia kabla yake, na mitume wengine hatukukuhadithia. Na Mwenyezi Mungu alinena na Musa kwa maneno."

Pia Qur'an inasisitiza umuhimu wa kuwaamini mitume wote wa Mwenyezi Mungu, ikiwemo wale waliotangulia kabla ya Muhammad:

📖 **Qur'an 2:136**

"Semeni nyinyi: Tumemwamini Mwenyezi Mungu na yale tuliyoteremshiwa sisi, na yaliyoteremshwa kwa Ibrahim na Ismail na Is-hak na Yaakub na wajukuu zake, na waliyopewa Musa na Isa, na pia waliyopewa manabii

wengine kutoka kwa Mola wao Mlezi; hatutofautishi baina ya yeyote katika hao, na sisi tumesilimu kwake."

Aya hii inawataka Waislamu kuwaamini mitume wote wa Mwenyezi Mungu, hata wale ambao hawakutajwa kwa majina ndani ya Qur'an. Kwa mujibu wa mafundisho haya, Paulo anapaswa kuhesabiwa miongoni mwa mitume wa Mungu, kwani alitimiza sifa zote za utume.

Je, Paulo Alikuwa Mmoja wa Wana wa Yakobo?

Paulo mwenyewe anajitambulisha kama mzao wa Yakobo:

🕮 **Wafilipi 3:5**

"... mimi ni Mwisraeli wa kabila la Benyamini, Mwebrania wa Waebrania..."

Kwa kuwa Benyamini alikuwa mmoja wa watoto wa Yakobo, inathibitisha kuwa Paulo alikuwa sehemu ya uzao wa Israeli. Hivyo basi, Qur'an inapotaka waumini wa Kiislamu waamini mitume walioteremshiwa kwa uzao wa Yakobo, bila shaka Paulo anajumuishwa miongoni mwao.

Msimamo wa Qur'an Kuhusu Paulo

Kwa kuwa Muhammad hakuweza kufunuliwa habari za mitume wote, ni dhahiri kuwa umati mkubwa wa mitume haukutajwa katika Qur'an. Sehemu kubwa ya mitume waliotajwa katika Qur'an ni wale waliotajwa pia katika Biblia. Hivyo basi, kwa Mwislamu anayetaka kujua zaidi juu ya mitume hawa, Qur'an inamwelekeza kwa wale wanaosoma Kitabu cha kabla yake (Biblia):

🕮 **Qur'an 10:94**

"Na ukiwa na shaka juu ya haya tuliyokufunulia, basi waulize wasomao Kitabu kabla yako."

Kwa kushangaza, baadhi ya Waislamu wa siku hizi wameibuka na madai ya kupinga utume wa Paulo bila kuzingatia Qur'an yenyewe pamoja na mafundisho ya Mtume Muhammad (S.A.W). Inavyoonekana, wengi wanaopinga hawana elimu ya kutosha juu ya Qur'an na imani yenyewe ya Uislamu.

Mtume Paulo Katika Qur'an na Tafsiri za Wanazuoni wa Kiislamu

Katika **Qur'an 36:13-14**, Mwenyezi Mungu anamkumbusha Mtume Muhammad kuhusu watu wa mji fulani ambao alituma wajumbe wake kwao:

📖 **Qur'an 36:13-14**

"Na wapigie mfano watu wa mji, walipowafikia wajumbe. Tulipo watuma wajumbe wawili, wakawakadhibisha; tukawazidishia wa tatu, wakasema: Hakika sisi tumetumwa kwenu."

Wanazuoni wa Kiislamu kama **Sheikh Balwani** na **Yusuf Ali** wanakubaliana kuwa mji huu ulikuwa **Antiochia**. Ibn Kathir, mmoja wa wafasiri wakubwa wa Qur'an, anafafanua kuwa mitume waliotumwa walikuwa **Yohana, Simoni na Paulo**.

Tafsiri hii inaonyesha kuwa **utume wa Paulo ulitambuliwa na wanazuoni wa mwanzo wa Uislamu**. Kupinga utume wake ni jambo la hivi karibuni, na si msimamo wa Uislamu wa awali.

Paulo Katika Hadith za Mtume Muhammad (S.A.W)

Katika kitabu cha **Sirat Nabawiyyah** kilichoandikwa na Ibn Hisham, kuna sehemu ambako Mtume Muhammad anataja majina ya mitume wa Yesu na maeneo waliyotumwa. Miongoni mwao, anatambua kuwa **Paulo alitumwa kwa watu wa Roma**.

Taarifa hii ni muhimu kwa sababu:

☑ **Inathibitisha kuwa Waislamu wa awali hawakuwa na tatizo juu ya utume wa Paulo.**

☑ **Inadhoofisha madai ya Waislamu wa sasa wanaopinga utume wa Paulo.**

☑ **Inadhihirisha kuwa mafundisho ya Paulo yalikuwa halali kwa mujibu wa muktadha wa Kiislamu wa awali.**

Upinzani wa Kisasa Dhidi ya Paulo

Kupinga utume wa Paulo ni sawa na kupinga Qur'an na mafundisho ya Mtume Muhammad (S.A.W). Kulingana na ushahidi kutoka katika Qur'an, Hadith na tafsiri za wanazuoni wa Kiislamu, Paulo alikuwa mtume wa kweli wa Mungu.

Kwa hivyo, wale wanaopinga utume wa Paulo kwa visingizio mbalimbali wako katika hatari ya kupinga imani yao wenyewe. Mwenyezi Mungu katika Qur'an amewataka Waislamu waamini mitume wote waliotumwa kabla ya Muhammad, na Paulo anastahili kuhesabiwa miongoni mwao.

Mtego wa Shetani Dhidi ya Paulo

Shetani ni mjanja sana, na mojawapo ya hila zake ni kuwafanya watu wapinge utume wa Paulo ili kuwapotosha. Wale wanaodhani wanatetea dini kwa kumkataa Paulo kwa kweli wanapinga dini yao wenyewe bila kujua.

Kwa hivyo, badala ya kufuata maoni ya watu wasio na elimu ya kutosha juu ya Uislamu na Qur'an, ni muhimu kurejea katika Qur'an, Hadith na tafsiri sahihi za wanazuoni wa Kiislamu ili kuelewa ukweli wa mambo.

UTUME WA PAULO KWA MUJIBU WA QUR'AN TUKUFU

Kwa kuanza, ni muhimu kuwakumbusha Waislamu kuwa Uislamu una misingi sita ya imani (Swifat ul I'iman Mufaswalu), ambazo ni:

1. **Imani juu ya Mungu.**
2. **Imani juu ya Malaika wa Mwenyezi Mungu.**
3. **Imani juu ya Vitabu vya Mwenyezi Mungu.**
4. **Imani juu ya Mitume wa Mwenyezi Mungu.**

5. **Imani juu ya Kheri na Shari za Mwenyezi Mungu.**

6. **Imani juu ya Siku ya Mwisho.**

Kwa mujibu wa mada hii, nitajikita katika kipengele cha **imani juu ya Mitume**, kwani ndio msingi wa mjadala wetu juu ya Paulo kama Mtume wa Mungu.

Je, Mitume Wote Wametajwa Katika Qur'an?

Kwa mujibu wa mafundisho ya Kiislamu, jumla ya mitume waliotumwa na Mwenyezi Mungu ni **124,000**. Kati ya hao, ni **25** tu waliotajwa kwa majina katika Qur'an. Mtume Muhammad (S.A.W) alipewa habari zao, kama inavyoelezwa katika aya ifuatayo:

🕮 **Qur'an 4:164**

"Na Mitume tuliokwisha kukuhadithia kabla yake, na Mitume wengine hatukukuhadithia. Na Mwenyezi Mungu alinena na Musa kwa maneno."

Hii ina maana kuwa Mtume Muhammad alifahamishwa idadi ndogo sana ya mitume waliotangulia. Kama tungeangalia kwa asilimia, tungeweza kusema kuwa uelewa wa Muhammad juu ya mitume ni takriban **0.0002%** ya mitume wote waliotumwa na Mwenyezi Mungu.

Hata hivyo, Mwenyezi Mungu alielekeza Mtume Muhammad mahali pa kupata nuru zaidi kuhusu habari za Mitume waliomtangulia:

🕮 **Qur'an 10:94**

"Na ikiwa unayo shaka katika tuliyokufunulia, basi waulize wasomao Kitabu kabla yako. Kwa yakini imekwisha kujia Haki kutoka kwa Mola wako Mlezi. Basi usiwe miongoni mwa wenye shaka."

Kwa kuwa Qur'an inaeleza kuwa sehemu kubwa ya Mitume waliotajwa humo ni wale wale waliotajwa katika Biblia, ni dhahiri kuwa Mwislamu anayetaka kuelewa habari kamili za Mitume wa Mwenyezi Mungu hana budi kuisoma Biblia.

Je, Paulo Alitajwa Katika Qur'an?

Ndani ya Qur'an tunapata ushahidi unaoweza kuelekeza kwenye utume wa Paulo. Hebu tuchunguze aya ifuatayo:

🕮 **Qur'an 36:13-14**

"Na wapigie mfano wa wakaazi wa mji walipowafikia walio tumwa. Tulipo watuma wawili, wakawakanusha. Basi tukawazidishia nguvu kwa mwingine wa tatu. Wakasema: Hakika sisi tumetumwa kwenu."

Katika tafsiri za wanazuoni wa Kiislamu kama **Sheikh Balwani** na **Yusuf Ali**, wameeleza kuwa mji uliotajwa hapa ni **Antiochia**. Ibn Kathir, mmoja wa wafasiri mashuhuri wa Qur'an, anafafanua zaidi kwamba mitume waliotumwa katika mji huo walikuwa:

- ☑ **Yohana**
- ☑ **Simoni**
- ☑ **Paulo**

Ibn Kathir anaeleza hivi:

"Imesimuliwa na Ibn Jurayj kutoka kwa Wahb bin Sulayman, imepokelewa na Shu`ayb Al-Jaba'i, kwamba majina ya wajumbe wawili wa mwanzo waliotumwa walikuwa Simoni na Yohana, na jina la wa tatu lilikuwa Paulo. Na mji huo ulikuwa Antiokia."

Kwa mujibu wa tafsiri hizi, Paulo alitumwa kama mjumbe wa Mungu kwa watu wa Antiokia. Hii ni ithibati kuwa **kupinga utume wa Paulo ni uzushi wa hivi karibuni** na si msimamo wa awali wa Uislamu.

Hadith za Mtume Muhammad Kuhusu Paulo

Katika kitabu cha **Sirat Nabawiyyah** kilichoandikwa na Ibn Hisham, kuna sehemu inayotaja majina ya mitume wa

Yesu na maeneo waliyotumwa. Miongoni mwao, **Paulo anatajwa kama mmoja wa mitume waliotumwa kwa watu wa Roma**.

Taarifa hii ni muhimu kwa sababu inathibitisha kuwa:

☑ **Waislamu wa mwanzo walimtambua Paulo kama mtume wa Mungu.**

☑ **Hakukuwa na pingamizi lolote dhidi ya utume wa Paulo katika historia ya awali ya Uislamu.**

☑ **Upinzani wa sasa dhidi ya Paulo ni jambo la hivi karibuni lisilo na msingi wa ki-Qur'an wala Hadith.**

Paulo Katika Biblia

Paulo mwenyewe alitoa ushuhuda wa utume wake:

📖 **Wagalatia 1:1**

"Paulo, mtume, si mtume wa wanadamu aliyetumwa na mwanadamu, bali na Yesu Kristo na Mungu Baba aliyemfufua Yesu kutoka kwa wafu."

📖 **Wakolosai 1:1**

"Paulo, mtume wa Kristo Yesu kwa amri ya Mungu Mwokozi wetu na ya Kristo Yesu tumaini letu."

Katika ushuhuda wake, Paulo anasema wazi kuwa alitumwa na Mungu Mwenyewe, na si kwa uamuzi wa wanadamu.

Kupinga Utume wa Paulo Ni Kupinga Qur'an

Qur'an inawahimiza waumini kuwaamini mitume wote waliotangulia kabla ya Muhammad:

📖 **Qur'an 2:136**

"Tumemwamini Mwenyezi Mungu na yale tuliyoteremshiwa sisi, na yaliyoteremshwa kwa Ibrahim na Ismail na Is-hak na Yaakub na wajukuu zake, na waliyopewa Musa na Isa, na pia waliyopewa manabii wengine kutoka kwa Mola wao Mlezi; hatutofautishi baina ya yeyote katika hao, na sisi tumesilimu kwake."

Aya hii inaeleza kuwa Waislamu wanapaswa kuwaamini mitume wote waliotumwa na Mungu, bila kubagua. Kwa kuwa Paulo ni miongoni mwa mitume waliotajwa katika tafsiri za Qur'an, basi **kupinga utume wa Paulo ni sawa na kupinga Qur'an yenyewe**.

Hitimisho la Tafakari

Ikiwa Waislamu wa mwanzo, wanazuoni wa Qur'an, na hata Hadith za Mtume Muhammad (S.A.W) zinamtambua Paulo kama mtume wa Mungu, basi hakuna msingi wa kupinga utume wake leo. Upinzani dhidi ya Paulo unaonekana kuwa ni upotoshaji wa hivi karibuni unaoenda kinyume na mafundisho halisi ya Uislamu.

Kwa hivyo, kwa yeyote anayetaka kufahamu ukweli wa jambo hili, ni vyema asome Qur'an kwa uangalifu na kuzingatia tafsiri sahihi za wanazuoni wa Kiislamu ili kuelewa ukweli wa jambo hili.

UTUME WA PAULO KWA MUJIBU WA HADITHI ZA MTUME

Baada ya kuthibitisha utume wa Paulo kupitia vitabu vitakatifu, sasa tugeukie hadithi za Mtume Muhammad (S.A.W). Lakini kwanini tuzingatie hadithi? Ni kwa sababu **Qur'an yenyewe inawataka Waislamu kumtii Mtume Muhammad (S.A.W) na kuzingatia mafundisho yake**, kama inavyoelezwa hapa:

📖 **Qur'an 4:59**

"Enyi mlio amini! Mtiini Mwenyezi Mungu, na mtiini Mtume na wenye madaraka miongoni mwenu. Na mkizozana katika jambo lolote basi lirudisheni kwa Mwenyezi Mungu na Mtume, ikiwa mnamuamini Mwenyezi Mungu na Siku ya Mwisho. Hayo ndiyo bora zaidi na yenye mwisho mwema."

Kwa hivyo, ni muhimu kuchunguza Hadith ili kupata ushahidi wa utume wa Paulo.

Ushahidi Kutoka Katika Sirat Nabawiyyah

Katika kitabu **Sirat Nabawiyyah** kilichoandikwa na **Ibn Hisham**, aliyekuwa mwanafunzi wa Ibn Ishaq, kuna sehemu inayoorodhesha majina ya wanafunzi wa Yesu na maeneo waliotumwa. Katika **juzuu ya 4, ukurasa wa 140**, Muhammad anaeleza kuwa wanafunzi wa Yesu waligawanyika katika makundi mawili:

1. **Wale waliomfuata wakati wa uhai wake.**
2. **Wale waliomfuata baada ya Yesu kupaa mbinguni.**

Muhammad anawataja wanafunzi hawa mmoja baada ya mwingine, pamoja na maeneo waliotumwa. Kuhusu Paulo, anasema kuwa **alitumwa Roma**. Hii inaonyesha kuwa Paulo alikuwa miongoni mwa mitume waliotumwa kuhubiri injili kwa Mataifa.

Nukuu kutoka Sirat Nabawiyyah:

"Imesimuliwa na Ibn Ishaq: Walikuwepo wanafunzi wa Yesu waliomfuata kabla ya kupaa kwake, na waliokuja baada yake. Miongoni mwao walikuwa Petro (Batrus), Paulo (Bulus), Andrea, Tomaso, Filipo, Yohana, Yakobo, Batholomeo, na Simoni. Paulo alitumwa Rumi."

Hii inamaanisha kuwa **wanazuoni wa Kiislamu wa mwanzo walimtambua Paulo kama mtume wa kweli**. Kwa hivyo, upinzani wa leo dhidi ya Paulo unatoka wapi?

Je, Kupinga Paulo Kuna Sababu Yoyote?

Ni jambo la kushangaza kuona kuwa licha ya ushahidi mkubwa kutoka kwa hadithi za Mtume Muhammad (S.A.W), baadhi ya Waislamu wa leo wamefumbia macho ukweli huu na kuanza kupinga utume wa Paulo.

Swali la msingi ni hili: *Wanapinga Paulo kwa faida ya nani?*

Allah (S.W) anaonya katika Qur'an kuwa Waislamu hawapaswi kubagua Mitume wake:

📖 **Qur'an 2:136**

"Semeni nyinyi: Tumemuamini Mwenyezi Mungu na yale tuliyo teremshiwa sisi, na yaliyo teremshwa kwa Ibrahim, Ismail, Is-hak, na Yaakub na wajukuu zake, na waliyopewa Musa na Isa, na pia waliyopewa manabii wengine kutoka kwa Mola wao Mlezi; hatutofautishi baina ya yeyote katika hao, na sisi tumesilimu kwake."

Aya hii inasema wazi kuwa Waislamu wanapaswa kuwaamini Mitume wote, si wale tu waliotajwa ndani ya Qur'an, bali pia wale walioteremshiwa wahyi kabla ya Qur'an kuja. **Paulo alikuwa miongoni mwa wahubiri wa injili waliotumwa na Mungu, na hivyo anastahili kuaminiwa kulingana na Qur'an.**

Zaidi ya hayo, Paulo mwenyewe anajitambulisha kama Mwisraeli wa kabila la Benyamini:

📖 **Wafilipi 3:5**

"Mimi ni Mwisraeli wa kabila la Benyamini, Mwebrania wa Waebrania..."

Hii inamaanisha kuwa Paulo ni miongoni mwa wale **"walioteremshiwa wajukuu wa Yakobo"** kama ilivyoagizwa katika Qur'an. Kwa hiyo, **kupinga Paulo ni kupinga imani ya Kiislamu na Qur'an yenyewe.**

Je, Mtume Muhammad Aliwahi Kuonya Juu ya Mafundisho ya Paulo?

Hakuna mahali popote katika Hadith ambapo Mtume Muhammad aliwatahadharisha Waislamu dhidi ya mafundisho ya Paulo. Kinyume chake, tunaona ushahidi unaoonyesha kuwa Muhammad mwenyewe alinukuu mafundisho ya Paulo, akiyaita ujumbe kutoka kwa Mwenyezi Mungu.

Hadith ifuatayo inathibitisha jambo hili:

📖 **Sahih Muslim, Kitabu cha 40, Hadith 6809**

"Imesimuliwa na Abu Huraira, Mjumbe wa Allah (S.A.W) alisema: Mwenyezi Mungu kasema, 'Nimewaandalia waja wangu mambo ambayo jicho halijawahi kuona, wala sikio halijawahi kusikia, wala moyo wa mwanadamu hauwezi kuyafikiri.'"

Maneno haya ni sawasawa na yale aliyosema Paulo katika Biblia:

📖 **1 Wakorintho 2:9**

"Lakini, kama ilivyoandikwa: Jicho halijaona, wala sikio halijasikia, wala halikuingia katika moyo wa mwanadamu, mambo ambayo Mungu aliwaandalia wale wampendao."

Kwa hivyo, hata Muhammad mwenyewe alinukuu mafundisho ya Paulo, jambo linalothibitisha kuwa **Paulo alikuwa mjumbe wa kweli wa Mungu.**

Kwa Nini Watu Wanapinga Paulo?

Kupinga utume wa Paulo ni jambo la hivi karibuni lililochochewa na watu wenye ajenda zao binafsi. Waislamu wa mwanzo hawakuwa na tatizo lolote na Paulo, kama inavyothibitishwa na tafsiri za wanazuoni wa Kiislamu kama Ibn Kathir na Ibn Hisham.

Zaidi ya hayo, Qur'an inasema wazi kuwa hakuna haja ya kubagua mitume wa Mungu, na inawataka Waislamu kuwaamini wale wote waliotumwa kabla ya Muhammad.

Kwa hiyo, upinzani dhidi ya Paulo si sehemu ya imani sahihi ya Kiislamu. Badala yake, ni jitihada za watu fulani kupotosha umati kwa sababu wanazozijua wao wenyewe. Waislamu wa kweli wanapaswa kufuata Qur'an, Hadith, na tafsiri sahihi za wanazuoni wa Kiislamu, badala ya kushikilia mitazamo ya watu wenye ajenda binafsi.

MTUME MUHAMMAD (S.A.W) ALIKUWA NA HESHIMA KUBWA KWA PAULO

Uthibitisho Kutoka Kwenye Maandiko ya Kiislamu

Uislamu unafundisha kuwepo kwa Mitume wengi waliotumwa na Mwenyezi Mungu kwa ajili ya kuwaongoza wanadamu. Inakadiriwa kuwa kuna Mitume wapatao **124,000**, lakini kati ya hao, Qur'an inataja majina ya **Mitume 25 tu**, wakiwemo:

- Adam
- Nuhu
- Ibrahim
- Musa
- Isa (Yesu)
- Muhammad

Licha ya idadi hii ndogo kutajwa ndani ya Qur'an, Waislamu wanaamini kuwa mitume waliotangulia walikuwepo na walipewa mafunuo ya Mungu. Katika **Sirat Nabawiyyah**, mojawapo ya vyanzo muhimu vya historia ya Mtume Muhammad (S.A.W), tunapata ushahidi wa heshima aliyopewa Paulo kama mmoja wa mitume waliotumwa na Yesu kuhubiri Injili.

Tafsiri ya Ibn Hisham Kuhusu Paulo

Katika kitabu **Sirat Nabawiyyah**, kilichoandikwa na **Ibn Hisham**, mwanafunzi wa **Ibn Ishaq**, kuna orodha ya wanafunzi wa Yesu (Hawariyyun) waliotumwa kuhubiri Injili baada ya kupaa kwake. Katika **juzuu ya 4, ukurasa wa 140**, Mtume Muhammad anataja wanafunzi wa Yesu na maeneo waliyotumwa. Paulo anatajwa miongoni mwao na kupewa heshima kama mjumbe wa Mungu aliyekuwa na jukumu la kupeleka Injili kwa Warumi.

Sehemu ya maandiko ya Ibn Hisham: *"Amesema Ibn Ishaq: Wanafunzi wa Yesu walikuwa miongoni* *mwa wale waliomfuata kabla na baada ya kupaa kwake. Miongoni mwao ni Petro, Paulo, Andrea, Tomaso, Filipo, Yohana, Yakobo, Batholomeo, na Simoni. Paulo alitumwa Roma kuhubiri Injili."*

Hii ni dalili kwamba **wanazuoni wa mwanzo wa Kiislamu walimtambua Paulo kama mjumbe wa Mungu**, jambo ambalo linapinga dhana ya leo inayomkataa.

Kwa Nini Waislamu wa Leo Wanapinga Paulo?

Ni jambo la kushangaza kuona kuwa licha ya ushahidi wa maandiko ya Kiislamu, baadhi ya Waislamu wa leo wanampinga Paulo. Swali linabaki: *Je, wanafanya hivyo kwa faida ya nani?*

Qur'an yenyewe inatoa agizo kwa Waislamu kuamini Mitume wote waliotumwa na Mwenyezi Mungu, wakiwemo wale waliotajwa katika Biblia:

📖 **Qur'an 2:136**

"Semeni nyinyi: Tumemuamini Mwenyezi Mungu na yale tuliyoteremshiwa sisi, na yaliyo teremshwa kwa Ibrahim, Ismail, Is-hak, na Yaakub na wajukuu zake, na waliyopewa Musa na Isa, na pia waliyopewa manabii wengine kutoka kwa Mola wao Mlezi; hatutofautishi baina ya yeyote katika hao, na sisi tumesilimu kwake."

Kwa mujibu wa aya hii, Waislamu wanapaswa kuwaamini Mitume wote, hata wale wasiokuwa wametajwa ndani ya Qur'an. Kwa kuwa Paulo alikuwa miongoni mwa wahubiri wa Injili waliotumwa na Mungu, **kupinga Paulo ni kwenda kinyume na Qur'an yenyewe**.

Zaidi ya hayo, Paulo mwenyewe anajitambulisha kama Mwisraeli wa kabila la Benyamini:

📖 **Wafilipi 3:5**

"Mimi ni Mwisraeli wa kabila la Benyamini, Mwebrania wa Waebrania..."

Kwa mujibu wa Qur'an 2:136, Waislamu wanapaswa kuwaamini manabii walioteremshiwa wahyi, wakiwemo wajukuu wa Yakobo. Hivyo basi, **Paulo anapaswa kuhesabiwa miongoni mwa Mitume wa kweli wa Mungu.**

Hadithi za Mtume Muhammad Kuhusu Paulo

Katika **Sirat Nabawiyyah**, tunapata rekodi ya Muhammad (S.A.W) akiwataja mitume waliotumwa kwa mataifa mbalimbali. Katika maelezo hayo, Paulo anatajwa kuwa alitumwa Roma kwa Warumi kuhubiri Injili.

Hadithi za Mtume hazionyeshi popote pale kwamba Muhammad alionya dhidi ya mafundisho ya Paulo. Badala yake, tunaona ushahidi wa Muhammad mwenyewe akinukuu mafundisho ya Paulo kama ujumbe wa Mungu:

🕮 **Sahih Muslim, Kitabu cha 40, Hadith 6809**

"Imesimuliwa na Abu Huraira, Mjumbe wa Allah (S.A.W) alisema: Mwenyezi Mungu kasema, 'Nimewaandalia waja wangu mambo ambayo jicho halijawahi kuona, wala sikio halijawahi kusikia, wala moyo wa mwanadamu hauwezi kuyafikiri.'"

Maneno haya yanafanana kabisa na mafundisho ya Paulo katika Biblia:

🕮 **1 Wakorintho 2:9**

"Lakini, kama ilivyoandikwa: Jicho halijaona, wala sikio halijasikia, wala halikuingia katika moyo wa mwanadamu, mambo ambayo Mungu aliwaandalia wale wampendao."

Hii inaonyesha kuwa hata Muhammad mwenyewe alinukuu mafundisho ya Paulo, jambo linalothibitisha kuwa **Paulo alikuwa mjumbe wa kweli wa Mungu**.

Maadili ya Paulo Katika Huduma Yake

Kwa wale wanaohoji utume wa Paulo, ni muhimu kuchunguza maadili na mafundisho yake. Paulo hakuwa mtu wa kujitukuza, bali alijinyenyekeza kwa ajili ya huduma ya Injili:

📖 **2 Wakorintho 11:7**

"Je, nilifanya dhambi kwa kunyenyekea ili ninyi mtukuzwe, kwa sababu niliwahubiri Injili ya Mungu bila ujira?"

📖 **2 Wakorintho 10:1**

"Basi mimi Paulo mwenyewe nawasihi kwa upole na utaratibu wa Kristo, mimi niliye mnyenyekevu..."

📖 **2 Wakorintho 12:11**

"Nimekuwa mpumbavu, ninyi mmenilazimisha. Maana ilinipasa nisifiwe na ninyi, kwa sababu sikuwa duni ya Mitume wa mitume walio wakuu kwa lolote, nijapokuwa si kitu."

Mafundisho ya Paulo yalikazia unyenyekevu, huduma kwa upendo, na kutangaza ujumbe wa wokovu kwa Mataifa yote. Hili ni kinyume kabisa na dhana potofu zinazomhusisha na mafundisho ya uongo.

Kwa Nini Paulo ni Muhimu kwa Uislamu?

1. **Qur'an inamtaja kuwa miongoni mwa mitume waliotumwa kwa Mataifa.**
2. **Hadithi za Kiislamu zinamtaja kama mmoja wa wanafunzi wa Yesu waliotumwa kuhubiri Injili.**
3. **Mtume Muhammad mwenyewe alinukuu mafundisho yake.**
4. **Paulo alihubiri kwa unyenyekevu na bila kutafuta faida binafsi.**

Kwa hivyo, kwa mujibu wa ushahidi wa Qur'an, Hadith, na maandiko ya Kiislamu, **Paulo anapaswa kutambuliwa kama mmoja wa mitume wa kweli wa Mungu**. Kupinga Paulo si tu kupinga historia ya Ukristo, bali pia **kupinga mafundisho ya Qur'an na Hadith za Mtume Muhammad (S.A.W)**.

SURA YA 11

SAFARI YA USIKU YA MUHAMMAD ILIYOZUSHWA

Safari ya Usiku ya Muhammad inachukuliwa kuwa mojawapo ya matukio muhimu zaidi katika Uislamu kwa sababu iliamua ibada ya sala tano za kila siku kwa Waislamu. Kwa maneno mengine, hadithi ya Safari ya Usiku ina athari – mara tano kila siku – kwenye maisha ya zaidi ya Waislamu bilioni moja duniani kote. Hata hivyo, ikiwa Safari hii ya Usiku ni hadithi tu isiyo ya kweli, basi Waislamu wanapaswa kutathmini upya ibada yao kwa Allah. Je, ni tukio halisi, au ni uzushi ulioenezwa?

🕮 **Surah 17:1**

"Utukufu ni wake (Allah) ambaye alimchukua mja wake usiku kutoka Msikiti Mtakatifu hadi Msikiti wa Mbali, ambao mazingira yake tumebariki, ili tumuonyeshe baadhi ya

Ishara Zetu: hakika Yeye ni Mwenye kusikia, Mwenye kuona kila kitu." (Yusuf Ali)

Kwa mujibu wa aya hii, inadaiwa kuwa Allah alimchukua Muhammad *"kutoka Msikiti Mtakatifu (yaani, Ka'ba huko Makka) hadi Msikiti wa Mbali (yaani, Hekalu la Kiyahudi huko Yerusalemu)."* Sasa, hebu tuchunguze vyanzo vya Kiislamu vinavyosimulia Safari hii ya Usiku kwa undani zaidi. Tafadhali soma Hadith ifuatayo kwa makini kwa sababu ndio msingi wa mjadala wetu.

📖 **Sahih Bukhari, Juzuu ya 5, Kitabu cha 58, Hadith Namba 227**

Imesimuliwa na Abbas bin Malik: Malik bin Sasaa alisema kuwa Mtume wa Allah aliwasimulia Safari yake ya Usiku akisema:

"Nilipokuwa nimelala katika Al-Hatim au Al-Hijr, ghafla mtu fulani alinijia na kunifanyia upasuaji kutoka hapa hadi hapa."

Nikamwuliza Al-Jarud aliyekuwa karibu nami, *"Anamaanisha nini?"* Akajibu, *"Anamaanisha kutoka kwenye koo hadi sehemu ya siri,"* au alisema, *"Kutoka sehemu ya juu ya kifua."*

Mtume aliendelea kusema:

"Kisha mtu huyo akatoa moyo wangu. Kisha sinia la dhahabu lililojaa Imani likaletwa kwangu, na moyo wangu ukaoshwa na kujazwa (kwa Imani) na kurudishwa mahali pake. Kisha mnyama mweupe aliyekuwa mdogo kuliko nyumbu lakini mkubwa kuliko punda aliletwa kwangu."

(Katika hili, Al-Jarud akauliza, *"Je, ulikuwa Buraq, Ewe Abu Hamza?"* Nami (Anas) nikajibu kwa kukubali.)

Mtume alisema:

"Hatua ya mnyama huyo ilikuwa ndefu sana kiasi kwamba ilifikia mbali kabisa ndani ya upeo wa macho ya mnyama huyo. Nikapandishwa juu yake, na Jibril akaanza safari pamoja nami mpaka tukafika mbingu ya kwanza."

Baada ya kupanda mbingu mbalimbali, Muhammad anadai kuwa alipokea agizo la kuswali mara **hamsini** kwa siku. Hata hivyo, alipoondoka, alikutana na Musa, ambaye alimsihi apunguze idadi hiyo kwa sababu wafuasi wake hawataweza kuhimili.

"Basi nikarudi kwa Allah, na akapunguza sala kwa kumi. Kisha nikarudi kwa Musa, naye akaniambia niongeze maombi ya kupunguzwa. Hili likajirudia mara kadhaa, na hatimaye Allah akaniamuru kusali mara tano kwa siku."

Kwa mujibu wa hadith hii, Musa alikuwa na maarifa zaidi kuhusu binadamu kuliko Allah mwenyewe, kwa sababu kila mara Muhammad aliporudi kwa Allah, idadi ya sala zilipunguzwa! Hii inaibua maswali makubwa kuhusu ukamilifu wa Allah na uhalisia wa hadithi hii.

Hebu tuchambue akaunti hii na tuone hekima ya Allah. Kuna saa ishirini na nne katika siku moja. Ikiwa mpango wa awali wa Allah ulikuwa ni kwa Waislamu kuswali mara hamsini kwa siku, ingemaanisha kuwa Waislamu wasingebakiwa na muda wowote wa kufanya kazi, kulala, au kutunza familia zao.

Hebu tufanye mahesabu: Ikiwa tungechukua angalau dakika thelathini kwa kila sala—ikiwa ni pamoja na maandalizi, kutawadha, na utekelezaji wa ibada yenyewe pamoja na taratibu zote zinazohitajika—hii ingemaanisha jumla ya **25 saa** kwa siku (30 x 50 = 1500 dakika = saa 25). Siku ina **saa 24 tu**. Hii ina maana kwamba hata kwa kiwango cha chini kabisa, Waislamu wangekuwa na **upungufu wa saa moja** kwa siku.

Zaidi ya hayo, ajira nyingi zinahitaji mtu kufanya kazi angalau **saa 8 kwa siku**. Binadamu pia wanahitaji **angalau saa 7 au 8 za usingizi** ili kubaki na afya. Hatujajumuisha muda unaotumika kusafiri kwenda msikitini na kurudi kwa wale wanaopendelea kuswali huko. Isitoshe, siku za Ijumaa, wanaume Waislam wote wanahitajika kuswali msikitini, jambo ambalo linachukua muda zaidi.

Je, Allah hajui kuwa waumini wake wanahitaji kula, kulala, kufanya kazi, na kutunza familia zao? Je, hili halionyeshi kwamba Musa alikuwa na hekima zaidi kuliko Allah? Ushauri wa Musa kwa Muhammad kwa hakika uliwaokoa Waislamu. Waislamu wanapaswa kuwa na shukrani kwa Musa.

Lakini hata hivyo, hata sala tano kwa siku katika nyakati maalum imekuwa kikwazo kwa ukuaji wa uchumi wa mataifa mengi ya Kiislamu. Tukio hili limefichua Allah kama mungu asiye na busara na mwenye matakwa yasiyo halisia.

SAFARI YA USIKU

Kulingana na Qur'an na Hadithi, inadaiwa kuwa Allah alimsafirisha Muhammad kwa usiku mmoja, akifunika umbali wa zaidi ya maili mia saba kutoka Ka'ba huko Makka hadi kwenye Msikiti wa Mbali (Hekalu la Kiyahudi) huko Yerusalemu. Kisha, kutoka Yerusalemu, Muhammad alifanya safari kwenda mbingu mbalimbali na hatimaye akarudi Makka. Njia yake ya usafiri ilikuwa farasi mwenye mabawa aitwaye **Al-Buraq**.

Sasa tutachunguza Safari ya Usiku ya Muhammad na kuona kama akaunti hii ni halisi au ni ndoto za Muhammad mwenyewe. Zifuatazo ni tafsiri mbili tofauti za **Surah 17:1**:

Surah 17:1:

"Sifa njema ni za Yeye aliyemsafirisha mja wake usiku mmoja kutoka Msikiti Mtakatifu (wa Makka) hadi Msikiti wa Mbali (wa Yerusalemu), ambao tumebariki mazingira yake, ili tumuonyeshe baadhi ya ishara zetu; kwa hakika Yeye ni Mwenye kusikia, Mwenye kuona." (Malik)

"Atukuzwe Yeye ambaye alimsafirisha usiku mmoja mja wake kutoka kwenye hekalu takatifu (Makka) hadi hekalu la mbali (Yerusalemu), ambalo tumebariki mazingira yake, ili tumuonyeshe baadhi ya ishara zetu; kwa maana Yeye ni Mwenye kusikia na Mwenye kuona." (Sale)

Katika Uislamu, "Safari ya Usiku" pia inajulikana kama **Al-Mi'raj**, na Waislamu wengi wanajua tukio hili linalodaiwa kutokea. Waislamu hutumia **Surah 17:1** kama uthibitisho wa utume wa Muhammad.

Cha kushangaza ni kwamba matatizo na ukinzani unaotokana na aya hii moja ya Qur'an yanathibitisha kinyume chake. Badala ya kuimarisha madai ya Muhammad kuwa mtume, inahatarisha uhalali wa Qur'an kama Neno la Mungu na pia inatia shaka juu ya ukweli wa madai ya Muhammad.

Waislamu wanaoamini mafundisho ya **"Safari ya Usiku"** kama tukio la kweli wanapaswa kuchunguza ukweli wa kihistoria ili kubaini kama tukio hili lilitokea kwa hakika. Kwa kuwa Qur'an haielezi kwa kina tukio hili, Waislamu wanategemea maelezo yaliyorekodiwa katika **Hadithi** na **Tafsiri** (maelezo ya Wanazuoni wa Kiislamu) ili kuelewa kwa kina akaunti hii iliyo ndani ya Qur'an.

Ushahidi wa Hadithi kuhusu Safari ya Usiku

Sahih Muslim, Kitabu 001, Hadithi Namba 0309:

"Imepokelewa kutoka kwa Anas bin Malik kwamba Mtume wa Allah (amani iwe juu yake) alisema: Nililetewa Al-Buraq, mnyama mweupe na mrefu, mkubwa zaidi ya punda lakini mdogo kuliko nyumbu, ambaye hatua yake ilikuwa sawa na upeo wa macho yake. Nikampanda na kufika kwenye Hekalu (Baitul-Maqdis huko Yerusalemu), kisha nikamfunga kwenye pete ambayo Manabii walikuwa wakitumia kufunga wanyama wao. Niliingia msikitini na kuswali rakaa mbili ndani yake, kisha nikatoka na Jibril akaniletea chombo cha mvinyo na chombo cha maziwa. Nikachagua maziwa, na Jibril akasema: Umechagua jambo la asili."

Hadithi hii inathibitisha kwamba Muhammad alifika kwenye **"Hekalu la Yerusalemu"** na akaingia kwenye **"Msikiti"** na kuswali kabla ya kuendelea na safari yake ya mbinguni. Aidha, anadaiwa kuwa alifunga **Al-Buraq** wake kwenye **"Pete iliyotumiwa na Manabii"** huko kwenye **"Msikiti wa Yerusalemu"**.

Je, Msikiti wa Yerusalemu Ulikuwepo Wakati wa Muhammad?

Hadithi hii inadai kuwa katika kipindi cha Safari ya Usiku ya Muhammad, kulikuwa na **Msikiti Yerusalemu** ambako aliswali kabla ya kupaa mbinguni.

Abdullah Yusuf Ali, katika utangulizi wake wa **Surah 17**, anasema:

"Surah hii (17) inaanza na Safari ya Usiku ya Mtume Mtukufu: alisafirishwa kutoka Msikiti Mtakatifu (Makka) hadi Msikiti wa Mbali (Yerusalemu) kwa usiku mmoja na akaonyeshwa baadhi ya Ishara za Allah. Wafasiri wengi wanaichukulia Safari hii ya Usiku kuwa halisi. Hadithi zinaeleza kwa kina tukio hili, na utafiti wake unasaidia kufafanua maana yake. Mtume Mtukufu kwanza alipelekwa kwenye kiti cha ufunuo wa awali huko Yerusalemu, kisha akapelekwa mbinguni kupitia mbingu saba hadi Kiti cha Enzi cha Mwenyezi Mungu."

Katika maelezo ya chini **(footnote 2168)**, Yusuf Ali anaeleza zaidi:

"Msikiti wa Mbali ni lazima unahusiana na eneo la Hekalu la Sulemani huko Yerusalemu kwenye mlima wa Moria, ambapo sasa panasimama Dome of the Rock, pia unajulikana kama Msikiti wa Hadhrat Umar."

Sahih Bukhari, Juzuu ya 5, Kitabu cha 58, Hadithi Namba 228:

"Ibn Abbas aliongeza: Maono ambayo Mtume wa Allah alionyeshwa katika Safari ya Usiku alipokuwa akipelekwa Baitul-Maqdis (Yerusalemu) yalikuwa maono halisi, siyo ndoto. Na Mti uliolaaniwa (uliotajwa) katika Qur'an ni mti wa Zaqqum wenyewe."

Uchambuzi wa Akaunti Hii

Kwa mujibu wa vyanzo hivi vya Kiislamu, tunaweza kuona wazi kwamba wanazuoni wa Kiislamu wanaamini kwa uthabiti kuwa wakati wa Safari ya Usiku ya Muhammad, **"Msikiti wa Mbali" ulikuwepo Yerusalemu**. Waislamu wanaamini kuwa Muhammad **alifika kwenye Msikiti huo moja kwa moja kimwili** na kwamba tukio hilo halipaswi kuchukuliwa kama **ndoto, maono, au uzoefu wa kiroho**.

Muhammad anadaiwa hata kuwa **aliwaongoza Manabii wengine kuswali ndani ya msikiti huo**. Swali linabaki: **Je, Msikiti wa Yerusalemu ulikuwepo wakati wa Muhammad?**

SAFARI YA USIKU YA MUHAMMAD ILIYOZUSHWA

Kwa kuanza, hebu tuchambue akaunti hii na tuone hekima ya Allah. Kuna saa ishirini na nne katika siku moja. Ikiwa mpango wa awali wa Allah ulikuwa kwa Waislamu kuswali mara hamsini kwa siku, ingemaanisha kuwa Waislamu wasingebakiwa na muda wowote wa kufanya kazi, kulala, au kutunza familia zao. Hebu tufanye mahesabu: Ikiwa tungechukua angalau dakika thelathini kwa kila sala—ikiwa ni pamoja na maandalizi, kutawadha, na utekelezaji wa ibada yenyewe pamoja na taratibu zote zinazohitajika—hii ingemaanisha jumla ya **25 saa** kwa siku (30 x 50 = 1500 dakika = saa 25). Siku ina **saa 24 tu**. Hii ina maana kwamba hata kwa kiwango cha chini kabisa, Waislamu wangekuwa na **upungufu wa saa moja** kwa siku.

Zaidi ya hayo, ajira nyingi zinahitaji mtu kufanya kazi angalau **saa 8 kwa siku**. Binadamu pia wanahitaji **angalau saa 7 au 8 za usingizi** ili kubaki na afya. Hatujajumuisha muda unaotumika kusafiri kwenda msikitini na kurudi kwa wale wanaopendelea kuswali huko. Isitoshe, siku za Ijumaa, wanaume Waislam wote wanahitajika kuswali msikitini, jambo ambalo linachukua muda zaidi.

Je, Allah hajui kuwa waumini wake wanahitaji kula, kulala, kufanya kazi, na kutunza familia zao? Je, hili halionyeshi kwamba Musa alikuwa na hekima zaidi kuliko

Allah? Ushauri wa Musa kwa Muhammad kwa hakika uliwaokoa Waislamu.

Kwa habari za mitume, karibu mitume wote aliotumiwa Muhammad wamo kwenye Biblia. Basi kama tulivyoona sehemu ya kwanza ya mada yetu leo twawagabarisha Waislamu juu ya utume wa Paulo. Hata hivyo ukisoma Qur'an kwa uangalifu utagundua kuwa habari za Paulo zimeelezwa vizuri humo.

Chunguza aya hii:

Surah Ya-Sin:13-14

"Na wapigie mfano wa wakaazi wa mji walipowafikia walio tumwa. Tulipo watuma wawili, wakawakanusha. Basi tukawazidishia nguvu kwa mwingine wa tatu. Wakasema: Hakika sisi tumetumwa kwenu."

Aya hii inaeleza kisa cha **WAJUMBE WA MWENYEZI MUNGU**. Wafasiri na wanazuoni mfano Sheikh Balwani, pamoja na Yusufu Ali katika tafsiri zao, wameeleza kuwa mji huo ulikuwa **Antiochia**. Ibn Kathir katika tafsiri yake anasema wajumbe hao ni **Yohana, Simoni na Paulo**. Hapa, ninamkumbusha **Ibn Kathir**.

أسماء رسل عيسى عليه السلام

Majina ya Mitume wa Yesu Masihi:

Amesema ibh Is-hak: walikuwa miongoni mwa wanafunzi wa Yesu (amani iwe juu yake) wale waliomfuata wale waliokuwa baada yake duniani: Petro Mwanafunzi wa Yesu, na pamoja naye alikuwepo Paulo miongoni mwa wafuasi, Paulo hakuwa miongoni mwa wale wanafunzi wa kwanza wa Yesu. Naye (Paulo) alitumwa Rumi kuhubiri Injiri. Na Andrea naye alitumwa katika nchi ambayo wakazi wake wanakula watu. Na Tomaso alitumwa katika nchi ya Babeli katika nchi za mashariki. Na Philipo alitumwa katika nchi pande za Afrika, na Yohana alitumwa Efeso na Yakobo alitumwa Yerusalemu na Batholomeo alitumwa Uarabuni katika nchi ya Hijaz. Na Simoni alitumwa Baribari.

Yashangaza kuona kuwa licha ya ushahidi mkubwa namna hii Waislamu wa leo (hasa wanaharakati) wameamua kufumbia macho ukweli huu na kuanza kudanganya watu, ama kwa maksudi au kwa kutokujua. **Swali ni hili:** *Wanafanya hivyo kwa faida ya nani?*

Rafiki yangu mwislamu, napenda kukutahadharisha kwamba, shetani ni mjanja, siku zote atakuja kwa hila akiwatukia waalimu wa uongo, wengine watakuja kama watetezi wa dini au ndiyo waharibifu wakubwa wa dini.

Pamoja na maelezo hayo ya uchambuzi, nimeona pia iko haja ya kumuuliza mtume Paulo mwenyewe aweze kujieleza tabia yake katika mwenendo wake kwa Kristo itakayo tuwezesha kujua ujumla wa maana ya kauli yake hiyo. Hebu fuatilia aya hizi:

Wakorintho 2:11:

"Je nilifanya dhambi kwa kunyenyekea ili ninyi mtukuzwe, kwa sababu niliwahubiri Injili ya Mungu bila ujira?"

Wakorintho 2:10:1:

"Basi mimi Paulo mwenyewe nawasihi kwa upole na utaratibu wa Kristo, mimi niliye mnyenyekevu..."

Wakorintho 2:12:11:

"Nimekuwa mpumbavu, ninyi mmenilazimisha. Maana ilinipasa nisifiwe na ninyi, kwa sababu sikuwa duni ya Mitume wa mitume walio wakuu kwa lolote, nijapokuwa si kitu."

"Utume wa Paulo ni hakika kama unavyothibitishwa na maandiko ya Biblia."

SAFARI YA USIKU YA MUHAMMAD ILIYOZUSHWA

Kutazama kuwa Qur'an inataja safari kwenda Msikiti ambalo halikuwapo wakati wa maisha ya Muhammad, Qur'an inawezaje kutambulika kama Neno la Mungu? Kwa kuzingatia ukweli kwamba Qur'an na Hadithi zote mbili zina kosa hili la kihistoria, Waislamu wanawezaje kumtumaini chanzo chochote kutoa habari zozote za kuaminika? Hii ni suala ambalo wafuasi wa Uislamu wanapaswa kutafuta suluhisho wake kwa uaminifu. Hebu tuendelee na uchambuzi wetu wa akaunti ya Safari ya Usiku.

Sahih Bukhari, Juzuu ya 5, Kitabu cha 58, Namba ya 227:

"...Basi nikarudi, na Allah alipunguza sala kumi kwangu. Kisha tena nikafika kwa Musa, lakini alirudia ile ile alivyosema kabla. Kisha tena nikarudi kwa Allah na Alipunguza sala kumi zaidi. Niliporudi kwa Musa alisema ile ile, nikarudi kwa Allah na aliniamuru kuswali sala kumi kwa siku. Niliporudi kwa Musa, alisema ile ile, hivyo nikarudi kwa Allah na aliniamuru kuswali sala tano kwa siku."

Kwa mujibu wa akaunti iliyotajwa hapo juu katika Hadithi, Muhammad alikutana na kuongea na Allah mara kwa mara katika mbingu za juu kabisa. Kwa ushauri wa Musa, alikusanya akaunti kwa Allah mara nyingi ili kupunguza sala kutoka hamsini hadi tano kwa siku. Kwa hivyo, Muhammad alizungumza uso kwa uso na Allah na aliweka nguzo ya Pili ya Uislamu.

Ukutana kwa Kibinafsi kwa Muhammad na Allah

Ukutana kwa kibinafsi kwa Muhammad na Allah ni muhimu kwa Waislamu kwa sababu njia yao ya kusikia Allah mara tano kwa siku imewekwa kupitia kukutana kwa Muhammad na Allah katika mbingu. Kwa hivyo, uhalali wa tukio hili unashikamana kabisa na ukweli wa Uislamu wenyewe. Kwa kweli, uhalali wa sala tano za kila siku za Waislamu wote duniani uko sana katika uhalali wa tukio hili. Kwa hiyo, je, Muhammad kweli alizungumza uso kwa uso na Allah?

Ibn Ishaq, Sirat Rasulullah, ukurasa wa 184:

"Umm, binti wa Abu Talib, alisema: 'Mtume hakuenda safari yoyote isipokuwa alipokuwa katika nyumba yangu. Alilala nyumbani mwangu usiku huo baada ya kuswali sala ya mwisho ya usiku. Kidogo kabla ya alfajiri aliwatuliza,

akisema, 'O Umm, nilienda Yerusalemu.' Alisema kutoka nyumbani na nikamshikilia hodari yake na kumfichia tumbo lake. Nilikuli: 'O Muhammad, usimwambie watu kuhusu hili kwa sababu watajua wewe uko uongo na watajibu.' Alisema, 'Kwa Allah, nitawaambie.' Nilimwambia mtumwa wangu mweusi, 'Mfuate na sikiliza.'"

Muhammad alibuni moja ya udanganyifu ulioenea sana uliopangwa katika jina la dini. Je, Waislamu wanaweza kuthibitisha uhalali wa ombi la sala tano za kila siku kwa Allah sasa kwamba imeonekana kuwa ni uongo uliotengenezwa na Muhammad? Lakini tatizo halisimami hapa. **Swali la Kuu:** *Je, uongo huu wa Muhammad kuhusu Safari ya Usiku uliingia vipi katika Qur'an?* Kwa kuwa Surah 17:1 inaonyesha Safari ya Usiku kama tukio halisi ndani ya muundo wa kihistoria, Allah alihakikisha sio Waislamu wa awali tu, bali kila mtu mmoja mmoja wa Uislamu katika enzi zote katika kufikiria kwamba tukio hili lilikuwa halisi.

Uchambuzi wa Akaunti Hii

Kwa mujibu wa vyanzo hivi vya Kiislamu, tunaweza kuona wazi kwamba wanazuoni wa Kiislamu wanaamini kwa uthabiti kuwa wakati wa Safari ya Usiku ya Muhammad, **"Msikiti wa Mbali"** ulikuwepo Yerusalemu. Waislamu wanaamini kuwa Muhammad **alifika kwenye Msikiti huo moja kwa moja kimwili** na kwamba tukio hilo halipaswi kuchukuliwa kama **ndoto, maono, au uzoefu wa kiroho**.

Muhammad anadaiwa hata kuwa **aliwaongoza Manabii wengine kuswali ndani ya msikiti huo**. Swali linabaki: **Je, Msikiti wa Yerusalemu ulikuwepo wakati wa Muhammad?**

Chunguza aya hii:

Surah Ya-Sin:13-14

"Na wapigie mfano wa wakaazi wa mji walipowafikia walio tumwa. Tulipo watuma wawili, wakawakanusha. Basi tukawazidishia nguvu kwa mwingine wa tatu. Wakasema: Hakika sisi tumetumwa kwenu."

Aya hii inaeleza kisa cha **WAJUMBE WA MWENYEZI MUNGU**. Wafasiri na wanazuoni mfano Sheikh Balwani, pamoja na Yusufu Ali katika tafsiri zao, wameeleza kuwa mji huo ulikuwa **Antiochia**. Ibn Kathir katika tafsiri yake anasema wajumbe hao ni **Yohana, Simoni na Paulo**. Hapa, ninamkumbusha **Ibn Kathir**.

أسماء رسل عيسى عليه السلام

Majina ya Mitume wa Yesu Masihi:

Amesema ibh Is-hak: walikuwa miongoni mwa wanafunzi wa Yesu (amani iwe juu yake) wale waliomfuata wale waliokuwa baada yake duniani: Petro Mwanafunzi wa Yesu, na pamoja naye alikuwepo Paulo miongoni mwa wafuasi, Paulo hakuwa miongoni mwa wale wanafunzi wa kwanza wa Yesu. Naye (Paulo) alitumwa Rumi kuhubiri Injiri. Na Andrea naye alitumwa katika nchi ambayo wakazi wake wanakula watu. Na Tomaso alitumwa katika nchi ya Babeli katika nchi za mashariki. Na Philipo alitumwa katika nchi pande za Afrika, na Yohana alitumwa Efeso na Yakobo alitumwa Yerusalemu na Batholomeo alitumwa Uarabuni katika nchi ya Hijaz. Na Simoni alitumwa Baribari.

Yashangaza kuona kuwa licha ya ushahidi mkubwa namna hii Waislamu wa leo (hasa wanaharakati) wameamua kufumbia macho ukweli huu na kuanza kudanganya watu, ama kwa maksudi au kwa kutokujua. **Swali ni hili:** *Wanafanya hivyo kwa faida ya nani?*

Rafiki yangu mwislamu, napenda kukutahadharisha kwamba, shetani ni mjanja, siku zote atakuja kwa hila akiwatukia waalimu wa uongo, wengine watakuja kama watetezi wa dini au ndiyo waharibifu wakubwa wa dini.

Kwa habari za mitume, karibu mitume wote aliotumiwa Muhammad wamo kwenye Biblia. Basi kama tulivyoona sehemu ya kwanza ya mada yetu leo twawagabarisha Waislamu juu ya utume wa Paulo. Hata hivyo ukisoma Qur'an kwa uangalifu utagundua kuwa habari za Paulo zimeelezwa vizuri humo.

Hadith za Mtume Muhammad Kuhusu Paulo

Sahih Bukhari, Juzuu ya 5, Kitabu cha 58, Hadithi Namba 227:

"Imepokelewa kutoka kwa Anas bin Malik kwamba Mtume wa Allah (amani iwe juu yake) alisema: Nililetewa Al-Buraq, mnyama mweupe na mrefu, mkubwa zaidi ya punda lakini mdogo kuliko nyumbu, ambaye hatua yake ilikuwa sawa na upeo wa macho yake. Nikampanda na kufika kwenye Hekalu (Baitul-Maqdis huko Yerusalemu), kisha nikamfunga kwenye pete ambayo Manabii walikuwa wakitumia kufunga wanyama wao. Niliingia msikitini na kuswali rakaa mbili ndani yake, kisha nikatoka na Jibril akaniletea chombo cha mvinyo na chombo cha maziwa. Nikachagua maziwa, na Jibril akasema: Umechagua jambo la asili." (Katika hili, Al-Jarud akauliza, "Je, ulikuwa Buraq, Ewe Abu Hamza?" Nami (Anas) nikajibu kwa kukubali.)

Mtume alisema:

"Hatua ya mnyama huyo ilikuwa ndefu sana kiasi kwamba ilifikia mbali kabisa ndani ya upeo wa macho ya mnyama huyo. Nikapandishwa juu yake, na Jibril akaanza safari pamoja nami mpaka tukafika mbingu ya kwanza." Baada ya kupanda mbingu mbalimbali, Muhammad anadai kuwa alipokea agizo la kuswali mara **hamsini** kwa siku. Hata hivyo, alipoondoka, alikutana na Musa, ambaye alimsihi apunguze idadi hiyo kwa sababu wafuasi wake hawataweza kuhimili.

"Basi nikarudi kwa Allah, na alipunguza sala kwa kumi. Kisha nikarudi kwa Musa, naye alisema ile ile kama alivyosema kabla. Kisha tena nikarudi kwa Allah na alipunguza sala kumi zaidi. Niliporudi kwa Musa alisema ile ile, nikarudi kwa Allah na aliniamuru kuswali sala kumi kwa siku. Niliporudi kwa Musa, alirudia ile ile ushauri, hivyo nikarudi kwa Allah na aliniamuru kuswali sala tano kwa siku."

Kwa mujibu wa akaunti iliyotajwa hapo juu katika Hadithi, Muhammad alikutana na kuongea na Allah katika mbingu za juu kabisa. Kwa ushauri wa Musa, aliuliza Allah mara nyingi kupunguza sala kutoka hamsini hadi tano kwa siku. Kwa hivyo, Muhammad alizungumza uso kwa uso na Allah na aliweka nguzo ya Pili ya Uislamu.

Uchambuzi wa Akaunti Hii

Kwa kuona kuwa Qur'an inataja safari kwenda msikiti ambalo halikuwapo wakati wa maisha ya Muhammad, Qur'an inawezaje kutambulika kama Neno la Mungu? Kwa kuzingatia ukweli kwamba Qur'an na Hadithi zote mbili zina kosa hili la kihistoria, Waislamu wanawezaje kumtumaini chanzo chochote kutoa habari zozote za kuaminika? Hii ni suala ambalo wafuasi wa Uislamu wanapaswa kutafuta suluhisho wake kwa uaminifu. Hebu tuendelee na uchambuzi wetu wa akaunti ya Safari ya Usiku.

Kwa kuongezea, tafsiri ya **Ibn Kathir** katika **Tafsir Ibn Kathir (Iliopangwa), Juzuu ya 5, Surah Hud hadi Surah Al-Isra', Aya 38, ukurasa wa 551**, inaeleza:

"Al-Masjid Al-Aqsa> inamaanisha Nyumba Takatifu ambayo iko Yerusalemu, asili ya Manabii tangu wakati wa Ibraham Al-Khalil. Manabii wote walikusanyika hapo, na yeye (Muhammad) aliwaongoza katika sala katika nchi zao wenyewe. Hii inaonyesha kuwa yeye ndiye kiongozi mkuu zaidi wote, amani na baraka za Allah iwe juu yake na kwao."

Tatizo linalotokea kutokana na akaunti hii katika Qur'an ni ukweli kwamba hakukuwa na Msikiti huko Yerusalemu wakati wa Safari ya Usiku ya Muhammad. **Masjid-al-Aqsa** – maana yake Msikiti wa Mbali – ulijengwa miaka mingi baada ya kifo cha Muhammad. Hakukuwa na Hekalu la Kiyahudi huko Yerusalemu. Zaidi ya miaka mia tano kabla ya Al-Buraq kupaa, Hekalu liliharibiwa na Warumi katika mwaka wa 70 C.E. Hizi ni ukweli wa kihistoria. Kwa hivyo, ni jambo lisilo na uwezo kwa Muhammad kutembelea Msikiti au Hekalu katika Safari yake ya Usiku.

Safari ya Usiku inawasilisha **anachronism**. Anachronism inafafanuliwa kama: "Uwakilishi wa mtu kama anavyoishi au kitu kama kinapotokea katika nafasi nyingine isipokuwa muundo wa kihistoria, sahihi, au wa kihistoria."

Kwa mfano, ikiwa ungewasoma akaunti halisi ya kihistoria ya vita ya karne ya 13, na sehemu ya hadithi ikijumuisha ndege za vita, utagundua mara moja kuwa kuna jambo batili. Anachronism kama hiyo itatambulisha kazi hiyo kuwa ya uongo. Fikiria Mkanisa Mmoja akisema leo kwamba alikuwa ameitembelea kanisa huko Makka. Tutajuaje kuwa hii si kweli? Hata kama hatukuwa tukimfuata Mkristo huyo, tungejua kuwa hii ni uongo, kwa sababu hakuna makanisa huko Makka. Itakuwa sawa kama Muislamu akidai kutembelea msikiti, ambako hakuna msikiti uliopo. Katika tukio la Safari ya Usiku, hata kama Waislamu wangewasilisha Hekalu kama msikiti, hakuna msikiti au Hekalu uliopo.

Vyanzo vya Kiislamu vinasema kuwa Safari ya Usiku ilitokea miaka kumi na mbili (menginewa kusema kumi na moja) baada ya kuanza kwa kazi ya kinabii ya Muhammad. Alikuwa mtume katika mwaka wa 610 C.E. na hii ina maana Safari ya Usiku ilitokea wakati wowote katika 622 C.E. Hekalu la Kiyahudi lililojengwa tena na Mfalme Herodi liliharibiwa kabisa na Jenerali Titus – miaka 552 kabla ya muda uliodaiwa wa Al-Mi'raj katika 622 C.E. Katika 622 C.E., Yerusalemu ilikuwa mikononi mwa Wayahudi (Wakristo). Hakukuwa na Waislamu wakitawala huko na hakukuwa na msikiti wowote kwa aina yoyote huko Yerusalemu.

Hata hivyo, Qur'an inasema kuwa Muhammad alitembelea **Msikiti wa Mbali (al-Aqsa)** katika kipindi hiki cha wakati. Hekalu la Kiyahudi ambalo halikuwapo tena hakutoa suluhisho bora zaidi kwa kosa hili katika Qur'an kuliko msikiti ambao bado hautajengwa. Hakukuwa na msikiti huko Yerusalemu wakati wa Safari ya Usiku ya Muhammad. Msikiti wa Al-Aqsa uliijengwa na Kalifi Umar baada ya ushindi wa Waislamu Yerusalemu katika 638 C.E. Baadaye uliijengwa tena na kuongeza ukubwa na huduma na

Kalifi Abd al-Malik. Kwa miaka thelathini ya kwanza (638 C.E.-691 C.E.) ya utawala wa Waislamu huko Yerusalemu, tu mahali pa kujenga kwa mbao kilijengwa. Kwa kweli, eneo la Hekalu lililoharibiwa lililinganishwa kuwa ni pa taka wakati Waislamu walipowinda Yerusalemu katika 638 C.E. Kalifi Umar alisema kwa watu kufuata mfano wake katika kusafisha taka. *(Al-Tabari, Juzuu ya 12, ukurasa wa 195-196).*

Aidha, jiwe linalowekwa katika Dome of the Rock linapaswa kuwa mahali ambapo Muhammad alianzisha safari yake kwenda mbinguni. Hata hivyo, Dome of the Rock – ambayo sio sawa na msikiti wa al-Aqsa – ilijengwa tu katika 691 C.E. na Kalifi Abd al-Malik. Hii ni karibu miaka sitini baada ya kifo cha Muhammad. Kwa hivyo, kwenda kwa msikiti au Hekalu lililokosekana, alipofika na kuingia na kuswali kabla ya kupaa mbinguni? Hakukuwa na Hekalu la Kiyahudi katika 622 C.E.? Hakukuwa na Masjid al-Aqsa katika mwaka wa 622 C.E.? Hakukuwa na Dome of the Rock katika mwaka wa 622 C.E. kwa Muhammad kuchukua hatua kama Waislamu wanavyodai?

MUHAMMAD (S.A.W) ALIKUWA ANAMPENDA SANA MTUME PAULO

Kwa kuongezea, tuna ushahidi wazi kutoka kwa mke wa Mtume mwenyewe ambao unaonyesha kwamba hakuonana au kuongea uso kwa uso na Allah.

Sahih Bukhari, Juzuu ya 4, Kitabu cha 54, Hadithi Namba 457:

Imepokelewa kutoka kwa 'Aisha kwamba yeyote anayedai kuwa (Mtume) Muhammad aliona Bwana wake, ana kufanya kosa kubwa, kwa sababu aliona Gabriel tu katika sura yake halisi ambayo aliumbwa akifunika upeo wote wa macho.

Sahih Bukhari, Juzuu ya 6, Kitabu cha 60, Hadithi Namba 378:

Imepokelewa kutoka kwa Masruq kwamba nilisema kwa 'Aisha, "O Mama! Je, Mtume Muhammad aliona Bwana wake?" 'Aisha alisema, "Kile ulicosema kinafanya nywele zangu zimekimbia juu! Jua kuwa ikiwa mtu atakuambia moja ya vitu vitatu vifuatavyo, yeye ni mgeni: Yeyote anayekuwambia kwamba Muhammad aliona Bwana wake, ni mgeni." Kisha 'Aisha alisoma Aya:

"Hakuna macho ya mwanadamu yanayoweza kumshika, lakini nguvu zake zinafikia macho yote. Yeye ni Mwenye Huruma zaidi, Mwenye Uelewa wa vitu vyote." (Surah 6:103) *"Si muhimu kwa mwanadamu kwamba Allah amzungumzie isipokuwa kwa ufahamu au kutoka nyuma ya kitambaa."* (Surah 42:51) *'Aisha aliongeza, "Na yeyote anayekuwambia kwamba Mtume anaelewa kinachoenda kufanyika kesho, ni mgeni.""*

Mambo Matatu Muhimu Yanayoweza Kujifunza Hapa

Kwanza, ikiwa Muhammad kweli alikuwa na uzoefu huu mzuri wa kukutana na Allah mwenyewe, angekuwa amepata siri hii kutoka kwa mke wake – hasa mke wake anayempendwa zaidi? Muhammad anaweza kuwa ameongoa watu wengine, lakini labda hakuambi mke wake anayempendwa zaidi. Pili, ushahidi wake ulitolewa baada ya kifo cha Muhammad, jambo ambalo linamaanisha siwezi kushtakiwa kwamba angeweza kuwa na uzoefu huu baada ya ushahidi wake kutolewa. Ushahidi unaonyesha hili kwa sababu ilikuwa tu baada ya kifo cha Muhammad kwamba ilianza kuwa kawaida kwa wanaume Waislamu kutafuta ufafanuzi kutoka kwa wake za Muhammad, kwani sasa ni vigumu kumshirikisha. Tatu, ushahidi wake unathibitishwa na aya za Qur'an. Kwa maneno mengine, Qur'an yenyewe inathibitisha kwamba Muhammad hakukuwa na uwezo wa kukutana na Allah uso kwa uso. Muhammad anaweza kuwa ameongoa watu wengine, lakini labda si kwa mke wake anayempendwa zaidi.

Kwa manufaa ya wasomaji wetu Waislamu, tumetoa tafsiri za ziada za aya za Qur'an ambazo Aisha alitumia kuthibitisha sababu yake kwa nini Muhammad hawezi kuwa ameonana na Allah.

Surah 6:103:

Macho ya mwanadamu hayamweze kumwona, lakini Yeye anaweza kuona macho yote. Yeye ni Mwenye huruma na Mwenye uelewa. (Muhammad Sarwar)

Surah 42:51:

Si muhimu kwa mwanadamu kwamba Allah amzungumzie isipokuwa kupitia ufahamu, au kutoka nyuma ya kitambaa, au kwamba mtume (malaika) atumwe kwake ambaye anatambua kwake kwa ruhusa ya Allah chochote anachokitaka. Yeye ni Mwenye Utukufu, Mwenye Hekima Mbali. (Maududi)

WAISLAMU WENGI WALIACHA IMANI YAO

Ibn Ishaq, Sirat Rasulullah, ukurasa wa 183:

"Waislamu wengi waliacha imani yao. Wengine walikwenda kwa Abu Bakr na kusema, 'Una maoni gani kuhusu rafiki yako sasa? Anadai kuwa alikwenda Yerusalemu usiku jana na kuswali hapo na akarudi Makka.'"

** "Waislamu Wengi Waliacha Imani Yao" kwa sababu walijua bila shaka yoyote kwamba Muhammad aliwaongoza kwa uongo. Waislamu wenye akili wanapaswa kufanya vivyo hivyo leo. Wanafaa kuacha Uislamu. Mtume wa kweli wa Mungu hatengenezi hadithi kuhusu uzoefu wake wa kiroho kama vile Muhammad alivyoifanya. Ukweli kwamba Waislamu wanafundishwa kuwaamini kuwa jiwe linalowekwa katika Dome of the Rock ni pale ambapo Muhammad alianzisha safari yake kwenda mbinguni inaonyesha kuwa Safari ya Usiku inapaswa kutambulika kama safari halisi katika Uislamu na sio kama uzoefu wa kiroho wa Muhammad. Lakini, kama ripoti ya mshahidi wa macho ilivyonyesha, usiku huo maalum, Muhammad alikuwa nyumbani kwa mpwa wake. Kwa hivyo, inaweza kuonekana wazi kuwa Mtume wa Uislamu aliwaongoza kwa uongo. Hii inatupa sababu halali* *ya kukataa Uislamu. Waislamu wanapaswa pia kutafakari, "Kwa nini Muhammad hakuondoka kutoka Ka'ba Mtakatifu ya Allah huko Makka kwenda mbinguni badala ya Hekalu la Kiyahudi huko Yerusalemu?"*

Kwa kuongezea, tuna ushahidi wazi kutoka kwa mke wa Mtume mwenyewe ambao unaonyesha kwamba hakuonana au kuongea uso kwa uso na Allah.

Sahih Bukhari, Juzuu ya 4, Kitabu cha 54, Hadithi Namba 457:

"Imepokelewa kutoka kwa 'Aisha kwamba yeyote anayedai kuwa (Mtume) Muhammad aliona Bwana wake, ana kufanya kosa kubwa, kwa sababu aliona Gabriel tu katika sura yake halisi ambayo aliumbwa akifunika upeo wote wa macho."

Sahih Bukhari, Juzuu ya 6, Kitabu cha 60, Hadithi Namba 378:

"Imepokelewa kutoka kwa Masruq kwamba nilisema kwa 'Aisha, "O Mama! Je, Mtume Muhammad aliona Bwana wake?" 'Aisha alisema, "Kile ulicosema kinafanya nywele zangu zimekimbia juu! Jua kuwa ikiwa mtu atakuambia moja ya vitu vitatu vifuatavyo, yeye ni mgeni: Yeyote anayekuwambia kwamba Muhammad aliona Bwana wake, ni mgeni." Kisha 'Aisha alisoma Aya: "Hakuna macho ya mwanadamu yanayoweza kumshika, lakini nguvu zake zinafikia macho yote. Yeye ni Mwenye huruma na Mwenye uelewa." (Surah 6:103) *"Si muhimu kwa mwanadamu kwamba Allah amzungumzie isipokuwa kwa ufahamu au kutoka nyuma ya kitambaa."* (Surah 42:51) *'Aisha aliongeza, "Na yeyote anayekuwambia kwamba Mtume anaelewa kinachoenda kufanyika kesho, ni mgeni.""*

Mambo Matatu Muhimu Yanayoweza Kujifunza Hapa

1. **Kwanza**, ikiwa Muhammad kweli alikuwa na uzoefu huu mzuri wa kukutana na Allah mwenyewe, angekuwa amepata siri hii kutoka kwa mke wake – hasa

mke wake anayempendwa zaidi? Muhammad anaweza kuwa ameongoa watu wengine, lakini labda hakuambi mke wake anayempendwa zaidi.

2. **Pili**, ushahidi wake ulitolewa baada ya kifo cha Muhammad, jambo ambalo linamaanisha siwezi kushtakiwa kwamba angeweza kuwa na uzoefu huu baada ya ushahidi wake kutolewa. Ushahidi unaonyesha hili kwa sababu ilikuwa tu baada ya kifo cha Muhammad kwamba ilianza kuwa kawaida kwa wanaume Waislamu kutafuta ufafanuzi kutoka kwa wake za Muhammad, kwani sasa ni vigumu kumshirikisha.

3. **Tatu**, ushahidi wake unathibitishwa na aya za Qur'an. Kwa maneno mengine, Qur'an yenyewe inathibitisha kwamba Muhammad hakukuwa na uwezo wa kukutana na Allah uso kwa uso. Muhammad anaweza kuwa ameongoa watu wengine, lakini labda si kwa mke wake anayempendwa zaidi.

MASWALI KWA WAISLAMU

1. Je, Allah hajui kwamba kuna saa ishirini na nne katika siku moja?

2. Je, Allah hajui kwamba waumini wake wanahitaji kufanya kazi, kula, kulala, na kutunza familia zao?

3. Kwa nini Allah hakujiambia kwamba hata kwa kiwango cha chini kabisa, Waislamu hawawezi kukabiliana na ombi lake la ajabu la kuswali mara hamsini kwa siku?

4. Je, Allah hajui kwamba itakuwa vigumu kwa Waislamu kukamilisha amri hii isiyo ya busara ya kuswali kila dakika 28.8?

5. Je, Allah kweli anaweza kuwa Mungu anayejua kila kitu kama unavyodai?

6. Kwa kuwa Muislamu atahitaji kusitisha kazi mara mbili kwa kila saa kuswali, je, mtu yeyote mwenye ajali yake ningemwajiri Muislamu?

7. Kwa nini Allah hakuambia Muhammad kuswali mara tano kwa siku mwanzo kabisa?
8. Je, hili halionyeshi kwamba Musa alikuwa na hekima zaidi kuliko Allah?
9. Je, hili halithibitishi kwamba Musa alikuwa na uelewa zaidi wa uhalisia kuliko Allah?
10. Je, Musa—binadamu tu—angewezaje kutengeneza suluhisho bora kwa Waislamu kuliko Allah?
11. Kwa nini Allah aliruhusu Musa kubadilisha amri zake ikiwa amri zote zake ni kamili kuanzia mwanzo?
12. Badala ya kujituma kwa hiari kwa amri ya Allah, kwa nini Muhammad alichagua kufuata ushauri unaopingana wa Musa kupunguza idadi ya sala?
13. Je, hili sio dalili kwamba Muhammad anadahiri kamilifu wa amri za Allah?
14. Unaweza kufikiria maisha yako yangekuwa yapi ikiwa si kwa ajili ya Musa?
15. Hivyo hali iko, Waislamu wengi wanapata ugumu kuswali mara tano kwa siku, unaweza kufikiria jinsi itakavyokuwa ugumu kwa wewe ikiwa ungekuwa lazima kuswali mara hamsini kwa siku?
16. Je, hili halionyeshi kwamba Allah si kitu isipokuwa mungu mwenye ubinafsi, mwenye kibinafsi ambaye anataka kudhurumiwa kila wakati?
17. Je, hili halionyeshi kwamba tu mungu asiye na busara angefanya ombi hili lisilowezekana?
18. Je, Mungu wa kweli atatafuta mara ngapi katika siku kwa waumini wake kuswali kwake?
19. Je, Mungu wa kweli atatafuta nyakati maalum katika siku kama ombi kwa waumini wake kuswali kwake?
20. Je, sala si kitu kinachotoka moyoni bila ombi la muda?
21. Kwa kuwa Waislamu wengi hawawezi hata kuswali mara tano kila siku ya maisha yao, je, hawawezi kushindwa kila wakati kwa hofu kwamba wataishi bila kukamilisha wajibu wao?

SALA INAFAFANYA KAZI KUPITIA UPENDO

Sala inafanya kazi kupitia upendo. Katika Ukristo, hakuna shinikizo kama hilo. Yehova anataka sala kutoka moyoni. Sio sala zilizosafishwa ambazo zinahitajika kuonyeshwa tu katika nyakati maalum na kwa idadi maalum ya mara. Hakuna kitu kama sala za muda uliowekwa katika Ukristo. Kulingana na Biblia, Mkristo anaweza kusali wakati wowote mbele ya Mungu wake. Biblia haitoi muundo wala kiasi cha sala kinachohitajika kwa mkomaji. Katika Biblia, sala ni mara zote maelezo ya hiari ya utii yanayotolewa kutoka kwa moyo wa dhati wakati wowote wa siku au usiku.

🕮 **Zaburi 4:1:**

"Unapopiga kelele, nisikie, Ewe Mungu wangu mkweli."

Na Yehova anatuhakikishia katika Biblia Takatifu:

🕮 **Zaburi 145:18:**

"Yehova ana karibu na wote wanaomwita. Kwa wote wanaomwita kwa uaminifu."

Wakristo wana ufikiaji kwa Mungu wao kutoka mahali popote walipo na wakati wowote wanaoweza kuchagua.

SURA YA 12

MUHAMMAD ALISEMA MANENO YA SHETANI

Moja ya matukio yanayomwaibisha sana katika maisha ya Muhammad ni pale ambapo Shetani aliweka maneno yake juu ya ulimi wa Muhammad. Matokeo yake, Muhammad alitamka maneno ya Shetani akidhani ni maneno ya Allah. Tukio hili lilijulikana kama **"Aya za Kishetani" (The Satanic Verses).**

Kisa cha Aya za Kishetani kinajulikana sana miongoni mwa Waislamu wa awali. Tukio hili limeandikwa katika vyanzo vingi vya Kiislamu vinavyoaminika kuhusu maisha ya Muhammad. Wanazuoni mashuhuri wa Kiislamu kama **Ibn Ishaq, Ibn Sa'd, na al-Tabari** wote wameandika tukio hili katika maandiko yao ya kihistoria. Wameandika kuwa Aya za Kishetani ni tukio la kweli. Na hawa si maadui wa Uislamu.

Katika tafsiri yake kuhusu uhalisia wa tukio la Aya za Kishetani, mwanazuoni mashuhuri wa Kiislamu **Shahab Ahmed** alisema:

"Tukio la Aya za Kishetani lilikuwa sehemu ya kawaida katika kumbukumbu ya kihistoria ya jamii ya Waislamu katika miaka 150 ya mwanzo ya Uislamu, na lilirekodiwa na karibu wanazuoni wote mashuhuri waliokuwa wakifanya kazi katika nyanja za Tafsir na Sirah-Maghazi." (Shahab Ahmed, *The Satanic Verses Incident in the Memory of the Early Muslim Community – An Analysis of the Early Riwayahs and their Isnads,* uk. i)

TUKIO LA AYA ZA KISHETANI

Wakati Muhammad alipokuwa akihubiri Uislamu huko Maka, hakufanikiwa kuwavuta watu wengi kuingia katika dini yake mpya. Lakini alitamani sana watu wa kabila lake wakubali Uislamu. Alikuwa anatarajia kupata aya kutoka kwa Allah ambazo zingewasaidia kuingia katika dini hiyo.

Kisha, siku moja, alidai kupokea **wahyi (ufunuo) wa aya ambazo alizitamka kwa matumaini ya kuwavuta watu wa kabila lake kwenye Uislamu.** Lakini, bila kujua, maneno haya hayakuwa kutoka kwa Allah bali yalitoka kwa Shetani.

Tutaangalia akaunti ya kina ya tukio hili kama ilivyonukuliwa na **Ibn Ishaq**, mmoja wa waandishi wa mapema wa historia ya Kiislamu. Tafadhali soma kwa makini kisa hiki cha kihistoria.

SIRAT RASUL ALLAH – MUHAMMAD ALISEMA MANENO YA SHETANI

Sasa, Mtume alikuwa na shauku ya kuwaletea watu wake mafanikio, akitamani kuwavuta karibu kadri alivyoweza. Imesemekana kwamba alitamani sana njia ya kuwavuta watu wake, na mbinu aliyotumia ni kama alivyosema **Ibn Hamid**, akisimulia kutoka kwa **Salama**, ambaye alisema **M. b. Ishaq** alimwambia kutoka kwa **Yazid b. Ziyad wa Madina**, kutoka kwa **M. b. Ka`b al-Qurazi**:

Wakati Mtume alipoona kuwa watu wake walikuwa wakimgeuzia mgongo na alihisi maumivu makali kwa kutengwa kwao na kile alichowaletea kutoka kwa Mwenyezi

Mungu, alitamani sana kwamba angelipokea ujumbe kutoka kwa Mungu ambao ungewapatanisha naye. Kwa sababu ya upendo wake kwa watu wake na wasiwasi wake kwao, ingemfurahisha sana ikiwa kizuizi kilichofanya kazi yake kuwa ngumu kingeondolewa. Kwa hiyo, alifikiria juu ya jambo hilo na akalitamani, nalo lilikuwa pendwa kwake.

Kisha, Mungu aliteremsha aya zifuatazo:

"Naapa kwa nyota zinaposhuka, mwenziwe hakukosea wala hakupotoka, wala hasemi kwa matamanio yake mwenyewe."

Lakini alipofika katika sehemu inayosema:

"Je, mmefikiria al-Lat na al-`Uzza na Manat wa tatu, wale wengine?"

Shetani, alipokuwa akitafakari juu ya jambo hilo na kutamani kuwapatanisha watu wake, aliweka maneno haya kwenye ulimi wa Muhammad:

"Hawa ni Gharaniq waliotukuka, ambao maombezi yao yanakubalika."

Wakati **Maquresh** waliposikia hivyo, walifurahi sana na waliridhika kwa kiasi kikubwa na namna alivyoongea kuhusu miungu yao, na wakamsikiliza kwa makini. Wakati huo huo, waumini walishikilia imani kwamba kile kilicholetwa na Nabii wao kutoka kwa Bwana wao kilikuwa cha kweli, bila kushuku kosa, tamaa, au makosa yoyote.

Alipofika mwisho wa Sura na sehemu ya kusujudu, **Waislamu wote wakasujudu** waliposikia Muhammad akisoma, wakithibitisha kile alichokileta na kutii amri yake. **Wapaganai wa Maquresh na wengine waliokuwa msikitini pia wakasujudu** waliposikia kutajwa kwa miungu yao, kiasi kwamba kila mtu aliyekuwa msikitini – muumini na asiye muumini – alisujudu.

Mtu pekee ambaye hakusujudu alikuwa al-Walid bin al-Mughira, ambaye alikuwa mzee na hakuweza kusujudu, hivyo alichukua **kichanga cha udongo** kutoka bondeni na akainama juu yake kwa ishara ya kusujudu.

Baada ya hapo, watu wote wakatawanyika, na **Maquresh wakaondoka wakiwa na furaha kubwa** kwa kile kilichosemwa kuhusu miungu yao, wakisema:

"Muhammad amezungumza kwa njia ya ajabu kuhusu miungu yetu. Amedai katika aliyoyasoma kuwa wao ni Gharaniq waliotukuka, ambao maombezi yao yanakubalika."

HABARI ILIFIKA KWA MASWAHABA WALIOKUWA HABASHI

Habari zikawafikia maswahaba wa Mtume waliokuwa **Habashia**, kwamba **Maquresh walikuwa wamekubali Uislamu**. Kwa hivyo, baadhi ya wanaume walianza kurudi kutoka uhamishoni, huku wengine wakibaki nyuma.

Kisha **Jibril** akamjia Mtume na kusema:

"Umefanya nini, Muhammad? Umesomea watu hawa kitu ambacho sikukuletea kutoka kwa Mwenyezi Mungu, na umesema jambo ambalo Hakukwambia."

Mtume **alipatwa na huzuni kali sana** na **aliingiwa na hofu kubwa kwa Mungu**.

Basi Mwenyezi Mungu akateremsha **ufunuo mpya**, kwa kuwa alikuwa na huruma kwake, **akimfariji na kupunguza uzito wa jambo hilo**. Akamweleza kuwa **kila nabii na mtume kabla yake alitamani kama alivyo tamani yeye, na shetani aliingiza kitu katika matamanio yao kama alivyofanya naye kwa ulimi wake**. Hivyo, **Mungu akafuta kile ambacho shetani alipendekeza na akaimarisha aya Zake** – yaani, **wewe ni kama manabii na mitume waliokutangulia**.

Kisha Mwenyezi Mungu akateremsha:

"Hatukutuma Nabii au Mtume kabla yako ila pale alipokuwa na matamanio, shetani alitia mawasiliano ndani ya matamanio yake. Lakini Mwenyezi Mungu hufuta kile ambacho shetani amekitupa ndani yake. Kisha Mwenyezi Mungu huimarisha aya Zake. Na Mwenyezi Mungu ni Mjuzi na Mwenye hekima."

Kwa hivyo, **Mwenyezi Mungu akamwondolea Mtume wake huzuni, akamfanya ajisikie salama dhidi ya hofu zake, na akafuta yale ambayo shetani aliingiza ndani ya ulimi wake** kuhusu miungu ya Maquresh.

Ndipo ufunuo mpya wa Mwenyezi Mungu ukasema:

"Je, Yeye (Mwenyezi Mungu) awe na wana wa kiume, na nyinyi muwe na wake wa kike? Hakika hiyo ni mgawanyo wa dhulma kubwa!"

"Hakika hawa (miungu yao) si chochote ila majina tu waliyoyaita baba zao..."

Mpaka pale inaposema:

"...Kwa yule ampendezaye na anayemkubali."

Yaaani, vipi maombezi ya miungu yao yawe na manufaa mbele ya Mungu?

Wakati aya hizi za Mwenyezi Mungu zilipokuja **zikifuta yale ambayo shetani aliingiza katika ulimi wa Mtume, Maquresh wakasema**:

"Muhammad ametubadilishia alichosema kuhusu nafasi ya miungu yetu mbele ya Allah, ameghairi kauli yake na ameleta kitu kingine tofauti kabisa."

(Rejea: The Life of Muhammad: A Translation of Ibn Ishaq's Sirat Rasul Allah, na Alfred Guillaume, uk. 165-167.)

JE, KWA NINI ALLAH APUUZIE JAMBO KAMA HILI?

Kwa nini **Mwenyezi Mungu** angefanya **"kuwa jambo jepesi"** kwa Nabii wake **kusema maneno ya Shetani kwa kudhani kuwa ni maneno ya Mungu?**

Kama tunavyoona, **Muhammad mwenyewe alikiri kuwa alidanganywa na Shetani**. Sifa zake za **kuwatukuza miungu ya wapagani na kutaka maridhiano nao zilithibitisha kuwa alisalimu amri kwa ushirikina**.

Japokuwa baadaye alitambua madhara ya alichokifanya, hilo halibadilishi ukweli kwamba alidanganywa na Shetani.

Hili haliwezi kuwa kisingizio cha ushiriki wake katika **ibada ya sanamu**.

NINI WAISLAM WANAPASWA KUJIFUNZA KUTOKA KISA HIKI

Kilicho muhimu kwa Waislamu kujifunza kutoka katika tukio hili ni kwamba **Muhammad hakuweza kutofautisha kati ya maneno ya Allah na maneno ya Shetani. Alipokea ufunuo kutoka kwa Shetani na akautangaza kama ujumbe kutoka kwa Allah**. Ujumbe huo haukuwa tu wa uongo, bali pia ulikuwa wa kishetani kabisa.

Sasa, zingatia kwa makini jinsi **Allah alivyojibu suala la Aya za Kishetani**:

Surah 22:52:

"Hatukutuma kabla yako mtume wala nabii yoyote isipokuwa alipokuwa akisoma (ufunuo), Shetani alitupa ndani yake (maneno ya uongo). Lakini Allah hufuta yale ambayo Shetani anatupa. Kisha Allah huimarisha aya zake. Na Allah ni Mjuzi na Mwenye Hekima." (Hilali-Khan)

Je, unaweza kuelewa maana kamili ya jibu hili la Allah kwa Aya za Kishetani alizozitamka Muhammad? **Allah anasema kwa maana nyingine:**

"Usijali Muhammad, manabii wote hupokea na kutamka ujumbe wa Shetani mara kwa mara."

Kwa maneno mengine, **Allah anadai kuwa kila Nabii aliyemtangulia Muhammad aliwahi kutamka aya za Shetani walipopokea wahyi kutoka kwa Mungu**. Hili ni jambo la kushangaza sana!

Wakati Allah alipoteremsha **Surah 22:52** ili kutetea dhambi ya Muhammad, aya hii ya Qur'an **imekuwa ushahidi wa wazi kwamba tukio la Aya za Kishetani lilitokea kweli**.

TATIZO KUBWA KATIKA KAULI YA ALLAH

Kitu ambacho Waislamu wanapaswa kufikiria kwa umakini ni kwamba **Allah alitoa uongo wa wazi kwa**

kusema kuwa manabii wote wa Mungu walidanganywa na Shetani kama Muhammad alivyodanganywa. Huu ni uongo wa wazi uliokusudiwa **kupunguza fedheha ya Muhammad aliyeshindwa kuzuia ushawishi wa Shetani.**

Surah 22:52, ambayo inadai kuwa manabii wote wa Mungu walivamiwa na ushawishi wa Shetani, yenyewe ni Aya ya Kishetani iliyoingizwa ndani ya Qur'an!

Ili **kumtetea Muhammad, Allah aliamua kuwachafua manabii wote wa Mungu wa kweli.** Hakutoa ushahidi wowote kuthibitisha **madai yake ya uongo dhidi ya Abrahamu, Musa, Yesu na Manabii wengine waaminifu wa Mungu.** Mbali na Muhammad, **Allah hakutoa hata jina moja la Nabii wa zamani aliyewahi kutamka maneno ya Shetani kama wahyi wa Mungu.**

Kwa kifupi, soma rekodi ya kihistoria ya **Al-Tabari**, mmoja wa wanahistoria mashuhuri wa Kiislamu.

Tabari, VI:107:

"Shetani alitupa ufunuo wa Qur'an wa uongo katika ulimi wa Mtume wa Allah."

Sasa, Waislamu, **je, hamuoni hatari ya kwamba Nabii wenu alitamka maneno ya Shetani akidhani ni maneno ya Allah?**

Swali muhimu ni hili: **Je, ni aya ngapi nyingine za Qur'an Muhammad alipokea kutoka kwa Shetani?**

MUHAMMAD ALIROGWA

Vyanzo vya Kiislamu vinaeleza wazi kuwa hata wakati wa huduma yake kama Mjumbe wa Allah, **Muhammad alianguka chini ya ushawishi wa uchawi.** Ndio! **Muhammad alirogwa.** Hebu sasa tuangalie ushahidi kutoka kwa vyanzo vya kuaminika zaidi vya Uislamu. Tutaziacha hadithi hizi zizungumze zenyewe.

Sahih Bukhari, Juzuu ya 4, Kitabu cha 54, Hadithi Na. 490:

Imesimuliwa na Aisha:

*"Uchawi ulifanywa kwa Mtume hadi akaanza kuwaza kuwa alikuwa akifanya jambo ambalo kwa kweli hakuwa akilifanya. Siku moja alimuomba (Allah) kwa muda mrefu kisha akasema, 'Ninajisikia kuwa Allah amenihamasisha jinsi ya kujitibu. Watu wawili walinijia (katika ndoto) na wakaketi, mmoja karibu na kichwa changu na mwingine karibu na miguu yangu. Mmoja wao akamuuliza mwenzake, 'Tatizo la mtu huyu ni nini?' Mwingine akajibu, 'Amechezewa uchawi.' Wa kwanza akauliza, 'Nani amemroga?' Mwingine akajibu, 'Lubaid bin Al-A'sam.' Wa kwanza akauliza, 'Ametumia nini?' Mwingine akajibu, 'Sehemu ya nywele kutoka kwenye kichana, na maganda ya chavua ya mtende wa kiume.' Wa kwanza akauliza, 'Kitu hicho kiko wapi?' Mwingine akajibu, 'Kiko kwenye kisima cha Dharwan.'

Kwa hivyo, Mtume akaenda kwenye kisima hicho kisha akarudi na kuniambia, "Mitende yake (mitende iliyokuwa karibu na kisima) ni kama vichwa vya mashetani." Nikamuuliza, "Je, umechukua vile vitu vilivyotumika kumroga?" Akasema, "Hapana, kwa kuwa tayari Allah ameniponya na ninaogopa kwamba endapo nitavitoa, jambo hili linaweza kuleta madhara kwa watu." Baadaye kisima kilifukiwa kwa udongo."*

Sahih Bukhari, Juzuu ya 8, Kitabu cha 73, Hadithi Na. 89:

Imesimuliwa na Aisha:

"Mtume aliendelea kwa muda fulani akifikiria kuwa amelala (amefanya tendo la ndoa) na wake zake, ilhali kwa hakika hakufanya hivyo. Siku moja akaniambia, 'Ee Aisha! Allah amenielekeza kuhusu jambo nililokuwa nikimuomba. Watu wawili walinijia, mmoja wao akaketi karibu na miguu yangu na mwingine karibu na kichwa changu. Yule aliyekuwa karibu na miguu yangu akamuuliza mwenzake (akimuelekezea

mimi), 'Tatizo la mtu huyu ni nini?' Yule wa pili akajibu, 'Yuko chini ya athari za uchawi.'"

Sahih Bukhari, Juzuu ya 8, Kitabu cha 75, Hadithi Na. 400:

Imesimuliwa na baba yake Hisham:

"Aisha alisema, '... kwa hiyo (Mtume) aliomba mara kwa mara akimuomba Allah amponye kutokana na uchawi huo.'"

Sahih Bukhari, Juzuu ya 7, Kitabu cha 71, Hadithi Na. 660:

Imesimuliwa na Aisha:

"Uchawi ulifanywa kwa Mtume wa Allah kiasi kwamba alikuwa akifikiria kuwa alikuwa na uhusiano wa ndoa na wake zake ilhali kwa kweli hakuwa (Sufyan alisema: Huu ndio uchawi mbaya zaidi kwa sababu una athari kubwa kama hiyo)."

Kwa mujibu wa hadithi hizi za **Sahih Bukhari**, **Muhammad alirogwa kiasi cha kufikiria kuwa alikuwa akifanya mambo ambayo kwa hakika hakuwa akiyafanya**. Kwa hiyo, **je, Waislamu wanaweza kuwa na uhakika gani kwamba wahyi aliopokea Muhammad haukuwa sehemu ya athari za uchawi?**

HADITHI HIZI ZINAPASWA KUWASHTUA WAISLAMU WOTE WENYE DHATI

Hadithi zilizo hapo juu zinaeleza wazi kuwa: **"Uchawi ulifanywa kwa Mtume wa Allah"** na **"Mtume wa Allah alirogwa."** Qur'an inamtukuza Muhammad kama **"Muhuri wa Manabii"** (Khatam an-Nabiyyin). **Je, inawezekanaje pepo wachafu wawe na mamlaka juu ya "Muhuri wa Manabii"?**

Allah anahakikisha ndani ya Qur'an kwamba **Shetani hatakuwa na mamlaka juu ya watumishi wa kweli wa Allah au Mitume wake.** Ikiwa ni hivyo, kwa nini basi Allah **alishindwa kumlinda Muhammad dhidi ya ushawishi wa mashetani?** Allah alimwambia Shetani:

Surah 15:42

"Hakika wewe (Iblis) huna mamlaka juu ya waja wangu, isipokuwa wale wapotovu wanaokufuata." (Yusuf Ali)

Ikiwa Allah alisema Shetani hana mamlaka juu ya waja wake, basi kuna uwezekano **moja kati ya mawili:**

1. **Muhammad alikuwa mfuasi wa Shetani, na hivyo Shetani alikuwa na mamlaka juu yake.**
2. **Aya hii ya Qur'an si ya kweli, na Allah hakuweza kumlinda Muhammad kama alivyodai.**

Hebu sasa tuangalie ushahidi zaidi wa jambo hili kutoka kwa vyanzo vingine vya Kiislamu.

Asbab Al-Nuzul na Ali ibn Ahmad Al-Wahidi, Q. 113-114:

"Sema: Najikinga kwa Mola wa Alfajiri...." (113:1-5)

Wafasiri wa Qur'an wanasema:

"Mtume wa Allah, rehema na amani zimfikie, alikuwa na kijana wa Kiyahudi aliyemtumikia. Wayahudi walimshawishi na kumfuata hadi alipowapatia baadhi ya nywele za Mtume zilizodondoka na meno machache kutoka kwenye kichana chake. Wayahudi walitumia vitu hivi kumloga kwa uchawi mweusi. Mhusika wa mpango huu alikuwa Myahudi aitwaye ***Labid ibn al-A'sam.*** *Kisha akaviweka vile vitu kwenye kisima cha Banu Zurayq kilichoitwa Dharwan.*

"Mtume wa Allah, rehema na amani zimfikie, aliugua kwa muda wa miezi sita, kipindi ambacho nywele zake zilianza kudondoka; alihisi kuwa alikuwa akifanya tendo la ndoa na wake zake ilhali hakufanya, na afya yake ilizorota bila kujua sababu. Siku moja alipokuwa amelala, aliona

malaika wawili wakimjia. Mmoja aliketi kichwani pake, na mwingine miguuni. Malaika wa kichwani akauliza: 'Kuna nini na mtu huyu?' Malaika wa pili akajibu: 'Amechezewa uchawi wa giza.'"

(*Chanzo: Altafsir.com*)

Ibn Ishaq, Sirat Rasul Allah:

"Kutoka kwa Bani Zurayq: ***Labid b. A'sam*** *ndiye aliyemroga Mtume wa Allah kiasi kwamba hakuweza kuwa na uhusiano wa ndoa na wake zake."* (Ibn Ishaq, *Sirat Rasul Allah – Maisha ya Muhammad* – Yametafsiriwa na A. Guillaume, uk. 240).

Kwenye maelezo ya chini ya Guillaume, anasema kuwa kulingana na msomi mmoja wa Kiislamu, **uchawi huu uliendelea kwa mwaka mzima.**

UCHAWI ULITOKEA BAADA YA MUHAMMAD KUHAMIA MADINA

Labid bin Al-A'sam alikuwa mchawi wa Kiyahudi kutoka kabila la **Bani Zaraiq.** Ni muhimu kufahamu kwamba tukio hili lilitokea **baada ya Muhammad kuhamia Madina** na kujenga jamii yake pale. Muhammad aliwasili Madina **mwaka wa 13 wa huduma yake ya unabii.**

Hii ina maana kuwa **muda mrefu baada ya kuwa Nabii wa Allah, bado alishindwa kujizuia dhidi ya uchawi na nguvu za mashetani.** Hata ingawa alisemekana kuwa **mtume mkuu zaidi wa Allah,** alikumbwa na uchawi **kwa karibu mwaka mzima.**

Muhammad alirogwa kiasi cha **kufikiria kuwa alikuwa akifanya tendo la ndoa na wake zake ilhali hakuwa.** Hebu tafakari: **Mtume mkuu wa Allah alikuwa amelogwa na kafiri!**

Ikiwa Muhammad hakuwa na kinga dhidi ya nguvu za giza, **je, Waislamu wa kawaida wana uhakika gani**

kwamba Ufunuo wa Qur'an haukuwa na ushawishi wa Shetani?

TUKIO HILI LINAREKODIWA PIA KATIKA KITABU CHA IBN SA'D

Tukio la Muhammad kurogwa pia limeandikwa katika **"Kitab al-Tabaqat al-Kabir"** cha Ibn Sa'd (Kitabu cha Madaraja Makubwa), Juzuu ya 2, kurasa 244 hadi 248. Hapa kuna dondoo muhimu:

"Mtume wa Allah aliugua. Alikuwa amelogwa kuhusu wanawake na chakula... Kulikuwa na fundo kumi na moja katika nywele kutoka kwenye kichana. Sura mbili, ya 113 na 114, zilifunuliwa kwake. Mara tu alipoanza kuzisoma, fundo moja lililegea. Alipomaliza kuzisoma zote, alirejeshewa hamu yake ya kula na kuwa na wake zake."

Waislamu hujisifu kwamba **Sura 113 na 114 ziliwaponya Muhammad dhidi ya uchawi wa Kiyahudi.** Je, wana sababu za kujivunia kweli?

Hebu tafakari mambo yafuatayo:

1. **Kwanza:** Kauli kwamba Sura 113 na 114 zilimponya Muhammad dhidi ya uchawi ni **uthibitisho wenyewe kwamba alilogwa.** Kama Muhammad hakuwa amelogwa, basi **hakungekuwa na sababu ya kumponya dhidi ya ushawishi wa mapepo.**

2. **Pili:** Je, Allah hakusema waziwazi kwamba **Shetani hatakuwa na mamlaka juu ya Manabii wake?** Ikiwa Allah aliahidi hivyo, kwa nini basi Muhammad alikumbwa na uchawi?

3. **Tatu:** Nabii wa kweli wa Mungu **hapaswi hata kidogo kuathiriwa na uchawi.** Biblia inathibitisha kwamba waabudu wa Mungu wa kweli **hawataweza kudhibitiwa na nguvu za giza** kama uchawi au ulozi kwa sababu ya ulinzi wa Yehova juu yao:

Hesabu 23:23

"Hakuna uchawi dhidi ya Yakobo. Wala hakuna uganga unaoweza kumdhuru Israeli."

Mtu aliyerogwa huku akidai kuwa Mtume mkuu wa Mungu anaweza kuwa mtume wa kweli?

MUHAMMAD ALIFUNDISHA KWAMBA KULA TENDENI SABA ASUBUHI NI KINGA DHIDI YA UCHAWI

Kwa mshangao mkubwa, Muhammad mwenyewe alifundisha kwamba **kula tende saba** asubuhi ni kinga dhidi ya uchawi sawa na kusoma **Sura 113 na 114!**

Sahih Bukhari, Juzuu ya 7, Kitabu cha 71, Hadithi Namba 664:

"Nilimsikia Mtume wa Allah akisema, 'Kama mtu atakula tende saba za 'Ajwa asubuhi, basi uchawi wala sumu hautamdhuru siku hiyo.'"

Kwa hivyo, kwa mujibu wa Muhammad, **kula tende saba ni kinga dhidi ya uchawi na sumu.**

MUHAMMAD ALIKUWA NA USHIRIKINA ULIOKITHIRI

Si hilo tu, Muhammad alikuwa **na ushirikina mwingi** katika maisha yake ya kila siku. Kwa mfano, alisisitiza kula tende katika **idadi isiyo shufwa (isiyo ya mlingano).**

Sahih Bukhari, Juzuu ya 2, Kitabu cha 15, Hadithi Namba 73:

"Anas bin Malik alisimulia: Mtume wa Allah hakuwahi kuondoka kwenda kuswali siku ya 'Id-ul-Fitr bila kula tende. Anas pia alisema: Mtume alikuwa akila tende kwa idadi isiyo shufwa."

Kwa nini Muhammad aliamini kwamba kula tende kwa idadi isiyo shufwa kuna faida ya kiroho? Je, hii siyo ishara ya ushirikina wa wazi?

MAOMBI YA MUHAMMAD KABLA YA KULALA

Muhammad pia alikuwa **akisema sala kabla ya kulala kwa hofu ya mashetani:**

Sunan Abu-Dawud, Kitabu cha 41, Hadithi Namba 5036:

"Mtume wa Allah alipoenda kulala usiku, alisema: Kwa jina la Allah, nimelaza ubavu wangu kwa ajili ya Allah. Ee Allah! Nisamehe dhambi zangu, niondoe shetani wangu, nikuweke huru kutoka kwa majukumu yangu, na uniweke katika mkutano wa juu kabisa wa mbinguni."

Kwa nini Muhammad alihisi haja ya kuomba kwa hofu juu ya Shetani kila siku?

MASWALI KWA WAISLAMU

Waislamu, tafakarini juu ya maswali haya:

1. **Muhammad alikuwa akifanya nini kwa mwaka mzima alipokuwa akidhani anafanya tendo la ndoa na wake zake ilhali hakuwa?**
2. **Je, kwa mtu kudhani kuwa amefanya tendo la ndoa ilhali hajafanya, hakuashirii kuwa alikuwa anajipa raha mwenyewe kwa namna fulani?**
3. **Je, hii si hali ya aibu na fedheha kwa mtu anayedai kuwa Mtume wa Mungu?**
4. **Kwa nini Allah alimruhusu Muhammad kudhani kuwa alikuwa anajamiiana na wake zake ilhali hakuwa?**

Hebu fikiria kwa makini!

SOMO MUHIMU KWA WAISLAMU

Somo muhimu ambalo Waislamu wanaweza kujifunza kutoka kwa ushahidi huu wote ni ukweli usiopingika kwamba **Muhammad hawezi kuwa Mtume wa Mungu wa kweli.** Itakuwa busara kwa Waislamu **kutafuta wokovu mahali pengine.** Ni muhimu kwa Waislamu **kuchunguza maisha ya Mjumbe mwingine wa Mungu—Yesu wa Nazareti.**

Sasa tutazingatia tukio moja kati ya matukio mengi ambapo Yesu alikutana na mapepo:

Marko 1:21-27

"Wakaenda Kapernaumu; na mara siku ya sabato aliingia katika sinagogi akafundisha. Wakashangaa sana kwa mafundisho yake; kwa maana alikuwa akiwafundisha kama mtu mwenye mamlaka, wala si kama waandishi wa sheria. Na mara akatokea katika sinagogi lao mtu mwenye pepo mchafu; akapiga kelele, akisema, 'Tuna nini nawe, Yesu wa Nazareti? Je, umetujia kutuangamiza? Nakufahamu wewe ni nani, Mtakatifu wa Mungu.' Lakini Yesu akamkemea, akisema, 'Nyamaza, umtoke!' Pepo mchafu akamtikisa sana, akapiga kelele kwa sauti kuu, akamtoka. Watu wote wakashangaa, hata wakaulizana, wakisema, 'Ni nini hii? Mafundisho mapya! Kwa mamlaka gani! Hata pepo wachafu anawaamuru, nao wanamtii.'"

YESU ANA MAMLAKA JUU YA MAPEPO

Kinyume na madai ya Allah katika **Surah 22:52,** Yesu alikuwa na **mamlaka kamili juu ya mapepo.** Kwa kumbukumbu, hakuna hata mmoja kati ya **Manabii waliopokea ujumbe wa Mungu wa kweli aliyewahi kudanganywa na Shetani.** Wala hakuna ujumbe waliopokea uliowahi kuathiriwa na Shetani.

Tunawapa changamoto Waislamu **wataje jina la Nabii yeyote katika Biblia aliyesema maneno ya Shetani.** Hakuna hata mmoja. Vinginevyo, Allah angekuwa ametaja jina moja kuthibitisha madai yake. **Hakuna hata Nabii mmoja wa Mungu aliyepotosha Neno la Mungu kwa ajili ya kupata waumini kama alivyofanya Muhammad.**

MTUME WA KWELI WA MUNGU HATADHIBITIWA NA MAPEPO

Mke wa Muhammad mwenyewe **alishuhudia kwamba Muhammad alilogwa.** Na mkewe si adui yake. Kwa ushahidi huu wazi wa Muhammad **kuwekwa chini ya**

nguvu za mapepo, ni vigumu sana **kuchukulia madai yake ya Utume kwa uzito.**

Yesu aliwaonya wafuasi wake:

Mathayo 24:11

"Na manabii wengi wa uongo watatokea na kudanganya wengi."

Ikiwa utatakiwa **kuchagua kati ya Muhammad na Yesu,** je, si busara kumwamini **yule ambaye mapepo walitetemeka mbele yake badala ya yule aliyekuwa chini ya ushawishi wao?** Je, ni hekima **kumfuata mtu aliyedhibitiwa na Shetani?**

Muhammad alikuwa mtu aliyesema **maneno ya Shetani.** Alikuwa mtu **aliyekubali uchawi.** Ushahidi wote huu **haujatungwa na Wakristo.** Ni ushahidi uliotolewa na vyanzo vya **Kiislamu vya mwanzo kabisa** kuhusu maisha ya Muhammad. Wanaume waliorekodi haya **walikuwa wanazuoni wa Kiislamu wenye bidii.** Walikuwa **watetezi wa Uislamu.**

MUSLIMU, HEBU TAFAKARI:

Je, si busara **kumrudia Mungu wa kweli kabla ya kuchelewa?**

Biblia inamtambulisha Mungu wa kweli kwa jina lake katika aya ifuatayo:

Zaburi 83:18

"Ili watu wapate kujua ya kuwa Wewe, ambaye jina lako ni Yehova, Wewe peke yako ndiwe Uliye juu zaidi juu ya dunia yote."

SURA YA 13

JE, MUHAMMAD ALIKUWA MTUME WA MUNGU WA KWELI?

Waislamu wanadai kuwa **Muhammad alikuwa mtume wa mwisho na wa mwisho kabisa wa Mungu.** Je, tunajuaje kama dai lao ni la kweli? **Je, Muhammad anafikia vigezo vya kuwa mtume wa kweli?**

Mtume wa kweli wa Mungu **lazima athibitishe utume wake kwa ushahidi wa wazi.** La sivyo, kila mtu anaweza kujidai kuwa mtume.

Manabii wa Kibiblia walithibitisha wito wao wa kinabii kwa njia mbalimbali:

- **Unabii wao ulitimia,** jambo ambalo lilithibitisha kuwa ujumbe wao ulitoka kwa Mungu.
- **Walifanya miujiza,** ambayo ilithibitisha uhalali wa wito wao.
- **Mafundisho yao yalilingana na viwango vya juu vya maadili vya Mungu.**

Leo, ulimwengu **umejaa ukatili, machafuko, na uonevu uliofanywa kwa jina la Uislamu.** Vyombo vya habari vimejaa picha za kutisha za **mauaji ya kikatili, ugaidi, na chuki,** vyote vikiwa vinahusiana na Waislamu wanaodai kutekeleza mafundisho ya dini yao. **Kwa nini wanatenda maovu haya yote?** Ni nini kinachowahamasisha kufanya vitendo vya kikatili kama hivi?

Jibu la maswali haya **linarejea kwa mtu mmoja: Muhammad – mwanzilishi wa Uislamu!**

SABABU ZINAZOMFANYA MUHAMMAD ASIWE MTUME WA MUNGU WA KWELI

Kuna sababu nyingi zinazothibitisha kuwa **Muhammad si mtume wa Mungu wa kweli:**

1. **Uislamu haukuwepo wakati Muhammad alizaliwa.**
    - Muhammad alizaliwa katika jamii ya **wapagani** waliokuwa waabudu sanamu.
    - Alilelewa kama mpagani na **aliabudu sanamu kwa sehemu kubwa ya maisha yake.**
2. **Baada ya Muhammad kujitangaza kuwa mtume, alifanya madhara makubwa kwa ubinadamu.**
    - **Aliamuru vita vya kikatili na umwagaji wa damu.**
    - **Alihalalisha utumwa, dhuluma dhidi ya wanawake, na ukatili dhidi ya wapinzani wake.**
3. **Hata kabla ya kufa, Muhammad aliwaamuru wafuasi wake kuteka dunia nzima kwa jina la Uislamu.**
    - Leo tunaona matokeo ya urithi wake wa uovu: ugaidi, ukatili, na chuki dhidi ya wale wasio Waislamu.

Ikiwa Muhammad alikuwa mtume wa kweli wa Mungu, **je, tungeona matokeo mabaya kiasi hiki kutoka kwa wafuasi wake?** Mungu wa kweli **hawezi kamwe kutuma nabii anayefundisha ghasia, ukatili, na uonevu.**

Kwa hivyo, Muhammad si mtume wa Mungu wa kweli!

MWANZO WA WITO WA MUHAMMAD

Waislamu wanadai kwamba **Muhammad alipokea ufunuo wake kupitia malaika Jibril.**

Sahih Bukhari, Juzuu ya 1, Kitabu cha 1, Hadithi Namba 4:

"Kisha ni juu ya (Allah) kukufanya urudie kusoma (na maana yake itaeleweka yenyewe kwa ulimi wako). Baada ya hapo, Mjumbe wa Allah alikuwa akimsikiliza Jibril kila alipokuja, na baada ya kuondoka kwake, alirudia kile ambacho Jibril alikuwa amemsomea."

JE, MUHAMMAD ALIPOKEA UJUMBE TOKA KWA JIBRIL AU ALIPOTOSHWA NA PEPO WABAYA?

Je, Muhammad alikuwa **anapokea kweli ufunuo kutoka kwa malaika Jibril** au alikuwa **anadanganywa na pepo wanaojifanya kuwa malaika wa nuru?**

Katika Biblia, hakuna **mtu yeyote wa Mungu aliyewahi kupokea ufunuo kwa njia ya kutisha na yenye vurugu.** Hakuna mahali popote malaika wa Mungu **anampagawisha nabii** anayempatia ufunuo, wala hakuna malaika anayemdhuru kimwili yule anayepokea ufunuo. Pia, **hakuna kupiga kelele, kung'ata meno, kutoa mapovu kinywani, au kufanya sauti zisizoeleweka** wakati wa kupokea ufunuo wa kimungu.

Lakini, katika ufunuo wa Muhammad, tunaona **tabia zinazoendana sana na upagawaji wa mapepo.** Tabia hizi ni za kushangaza sana kwa Waislamu, lakini zinathibitishwa moja kwa moja katika vyanzo vyao wenyewe.

TABIA ZA KUSHANGAZA WAKATI WA UFUNUO WA MUHAMMAD

Hebu tuchunguze maelezo ya vyanzo vya Kiislamu kuhusu Muhammad alipokuwa akipokea ufunuo na tuulinganishe na mifano ya Biblia kuhusu watu waliopagawishwa na mapepo:

1. Muhammad alipokea ufunuo wake kwa hali ya kutisha na yenye vurugu.

- Alihisi kama **amefinywa kwa nguvu sana** hadi hakuweza kuvumilia tena.
- Alianguka chini na kuanza **kutetemeka.**
- Alipokea ufunuo **kwa hofu kubwa na akakimbia nyumbani akiwa amepanikika.**

2. Biblia inaeleza watu waliopagawishwa na pepo kwa namna ileile.

- Watu waliopagawishwa **walitupa chini, walitetemeka, na walipiga kelele.**
- Pepo wachafu **walifanya watu wapoteze fahamu na kuwa na nguvu zisizo za kawaida.**

Muhammad alikuwa na dalili zote za mtu aliyepagawishwa. Lakini hakuna nabii wa kweli wa Mungu katika Biblia aliyepokea ufunuo kwa njia hiyo ya giza na ya kutisha.

MASWALI KWA WAISLAMU:

1. **Kwa nini hakuna nabii wa Biblia aliyepokea ufunuo kwa njia ya kutisha kama Muhammad?**
2. **Kwa nini Muhammad alihisi kama anakabwa na nguvu za giza?**

3. **Je, ni kawaida kwa malaika wa Mungu kusababisha hofu, maumivu, na machafuko kwa wale wanaopokea ufunuo?**

4. **Kwa nini Muhammad alihitaji kufunikwa kwa blanketi akiwa anatetemeka kwa hofu baada ya kupokea ufunuo?**

5. **Je, Muhammad alikuwa anapokea ufunuo wa kweli au alikuwa anadanganywa na pepo wanaojifanya malaika wa nuru?**

Haya ni maswali muhimu sana ambayo kila Mwislamu anapaswa kutafakari kwa kina.

MUHAMMAD ALIMILIKIWA NA ROHO

Mishkat IV, ukurasa wa 360:

"Na kwa hakika nilimwona wakati ufunuo ulimshukia katika siku ya baridi kali sana; kisha ufunuo ulimwacha huku uso wake ukiwa umetokwa na jasho jingi."

Na Biblia inafunua kuhusu pepo wachafu:

Matendo 16:18:

"Hatimaye Paulo alimwambia yule roho, 'Kwa jina la Yesu Kristo, nakuamuru umtoke!' Papo hapo yule roho akamtoka."

ROHO ILIYOMILIKI MUHAMMAD ILIMTESA KIMWILI

Sahih Bukhari, Juzuu ya 1, Kitabu cha 1, Hadithi Namba 3:

Mjumbe wa Allah alisema, "Malaika alinichukua kwa nguvu na kunikandamiza kwa nguvu sana kiasi kwamba sikuweza kuvumilia zaidi. Kisha aliniachilia na kuniambia, 'Soma!' Nikamjibu, 'Sijui kusoma.' Ndipo alinichukua tena na kunikandamiza kwa mara ya pili hadi sikuweza kuvumilia zaidi. Aliniachilia tena na kuniambia, 'Soma!' Nikajibu, 'Sijui kusoma au nisome nini?' Ndipo alinikamata kwa mara ya tatu na kunikandamiza, kisha akaniachilia na kusema, 'Soma kwa jina la Mola wako aliyeumba.'"

Na Biblia inafunua vitendo vya ghasia vinavyofanywa na pepo wachafu kwa wale waliomilikiwa nao:

Marko 5:5-9:

"Na aliposhuka kutoka melini, mara alikutana naye mtu mmoja kutoka makaburini mwenye roho mchafu... Na siku zote, usiku na mchana, alikuwa mlimani na makaburini, akilia na kujikatakata kwa mawe. Kwa maana Yesu alimwambia, 'Toka ndani ya mtu huyu, ewe roho mchafu!'"

KUTOA MAPOVU KINYWA NI DALILI YA KUWA CHINI YA MAMLAKA YA MAPEPO

Mizanul Mizanul Haqq, ukurasa wa 345:

"Baada ya kupata mtetemeko na kufumba macho, alikuwa akipoteza fahamu, uso wake ulikuwa ukitoa mapovu, na alipiga kelele kama ngamia mdogo."

Na Biblia inaeleza kwamba wale waliomilikiwa na pepo wachafu walionyesha dalili sawa na zile alizopata Muhammad:

Marko 9:20:

"Basi wakamleta. Wakati yule roho mchafu alipomwona Yesu, mara akamtupa yule mvulana chini kwa mtetemeko. Akaanguka chini akajiviringisha huku akitoa mapovu kinywani."

MASWALI KWA WAISLAMU:

1. **Kwa nini malaika wa kweli wa Mungu anamtesa Muhammad kwa nguvu badala ya kuwasilisha ujumbe kwa upole?**

2. Kwa nini tabia za Muhammad wakati wa kupokea ufunuo zinafanana na watu waliomilikiwa na pepo wachafu katika Biblia?

3. Kwa nini Muhammad alipata mitetemeko, alitoa mapovu kinywani, na kupoteza fahamu kama mtu aliyemilikiwa na roho chafu?

4. Je, Mungu wa kweli angeweza kumruhusu nabii wake kuwa chini ya mamlaka ya roho ya ajabu na ya kutisha?

Maswali haya ni muhimu kwa kila Mwislamu anayefuatilia ukweli.

SAUTI ZISIZODHIBITIKA NA KELELE

Mizanul Mizanu'l Haqq, ukurasa wa 345:

"Kulikuja hali juu yake... na alikuwa akinguruma kama ngamia mdogo."

Biblia inaonyesha kuwa wale waliomilikiwa na pepo wachafu walipiga mayowe na sauti zisizodhibitika kama Muhammad alivyofanya:

Luka 9:39:

"Roho humkamata na mara huanza kupiga kelele, humtupa chini kwa mitetemeko mikali kiasi cha kutoa mapovu kinywani. Hawezi kumwacha na anamtesa kila wakati."

MUHAMMAD ALIKUWA NA HOFU YA KUMILIKIWA NA MAJINI AU KICHAWI

Mizanul Mizanu'l Haqq, ukurasa wa 345:

"Ibn Ishaq anasema kwamba, kabla ya Ufunuo wa kwanza kushuka kwake, marafiki wa Muhammad waliogopa kwamba alikuwa akiteswa na jicho baya; na kwamba, wakati ufunuo ulimjia, ugonjwa kama huo ulimshika tena... Kwa mamlaka ya 'Amr ibn Sharhabil imesemwa kwamba Muhammad alimwambia Khadija, 'Nilipokuwa peke yangu nilisikia sauti ikilia: "Ewe Muhammad, Ewe Muhammad."' Katika hadithi nyingine, imesemwa kwamba alisema,

'Ninaogopa nisije kuwa mchawi, nisije nikatangazwa kuwa mfuasi wa majini'; na tena: 'Ninaogopa nisije kuwa na wazimu au kumilikiwa na pepo wachafu.'"

"Baada ya kupatwa na mtetemeko na kufumba macho, kulikuja hali juu yake inayofanana na kupoteza fahamu, uso wake ulitoa mapovu, na alikuwa akinguruma kama ngamia mdogo."

Hakuna Nabii yeyote wa Kibiblia aliyepitia hali kama hii. Wote walijua wazi kuwa ufunuo walioupokea ulitoka kwa Mungu wa kweli.

MWILI WA MUHAMMAD ULIKUWA MZITO KUPITA KIASI WAKATI WA UFUNUO

Hadithi nyingine zinaeleza kuwa kila wakati Muhammad alipokuwa akipokea ufunuo, siyo tu kwamba uso wake ulibadilika na alionekana kuwa na wasiwasi mkubwa, lakini pia mwili wake ulizidi kuwa mzito kupita kiasi.

Ikiwa Muhammad alikuwa amempanda ngamia na ufunuo ukamjia, ngamia huyo hangeweza kustahimili uzito wake. Miguu ya ngamia ililegea na kulazimika kupiga magoti. Rekodi za Kiislamu zinaonyesha kuwa wakati wa ufunuo wa aya ya tatu ya **Surah Al-Ma'ida**, miguu ya ngamia wa Muhammad ilikuwa karibu kuvunjika, na Muhammad alilazimika kushuka.

Insanu'l Uyun kama ilivyonukuliwa katika Mizanu'l Haqq, ukurasa wa 346:

Ripoti ya Zaid ibn Thabit, katibu wa Muhammad:

"Mara moja mguu wake uliangukia wangu, na kwa jina la Allah, sijawahi kuhisi mguu mzito kama ule wa Mtume wa Allah. Kila wakati Mtume alipokuwa akipokea ufunuo, ilionekana kana kwamba roho yake ilikuwa ikichukuliwa kutoka kwake, kwa maana alikuwa na hali ya kupoteza fahamu na alionekana kama mtu aliyepumbazwa."

"Mastery in the Qur'anic Sciences" na al-Suyuti, 1:45-46:

"Zaid ibn Thabit alisema: 'Wakati ufunuo ulimshukia Muhammad, mwili wake ulikuwa mzito sana. Wakati mmoja, paja lake lilianguka juu ya paja langu, na naapa kwa Mungu, sijawahi kuhisi kitu kizito zaidi ya paja la Muhammad. Kila wakati ufunuo ulimshukia akiwa juu ya ngamia wake, ngamia alilegea, na watu walidhani kwamba mguu wake umevunjika; na wakati mwingine ngamia alilazimika kupiga magoti.'"

MASWALI YA KUJIULIZA

1. **Kwa nini Muhammad alipata hali zisizo za kawaida wakati wa ufunuo ilhali manabii wa Biblia hawakupitia hali kama hizo?**
2. **Kwa nini Muhammad mwenyewe aliogopa kwamba alikuwa akimilikiwa na pepo wachafu?**
3. **Kwa nini ufunuo wake ulisababisha mtetemeko, mapovu kinywani, kupoteza fahamu, na kunguruma kama ngamia?**
4. **Je, roho iliyomjia Muhammad ilikuwa malaika wa kweli kutoka kwa Mungu au pepo mchafu aliyekuwa akijifanya malaika?**

Ikiwa kweli Muhammad alikuwa nabii wa Mungu wa kweli, kwa nini ufunuo wake ulifanana na hali za wale waliomilikiwa na mapepo katika Biblia?

SHAHIDI WA TABIA

Kwa mujibu wa tafsiri ya kamusi ya kisheria, **Shahidi wa Tabia** ni mtu anayetoa ushahidi mahakamani kwa niaba ya mtu mwingine kuhusu sifa zake za maadili na mwenendo wake wa kimaadili, kwa msingi wa maarifa ya kibinafsi ya shahidi huyo na sifa ya mtu huyo katika jamii. Ushahidi wa aina hii huwa na umuhimu mkubwa hasa pale uaminifu au maadili ya mtu yanapokuwa suala la mjadala.

Sasa tutatazama ushuhuda wa mashahidi wa tabia waliokuwa watu wa zama za Muhammad. Katika aya nyingi za Qur'an, tunaweza kusoma maoni ya wakazi wa Maka kuhusu Muhammad. Cha kushangaza, wale waliomjua vyema—jirani zake—walikuwa na haya ya kusema kumhusu. Walimwita mchawi, mwendawazimu, mshairi mwendawazimu, mwenye pepo, na mchawi. Alionekana kuwa mshairi aliyelogwa akiwa chini ya ushawishi wa uchawi. Kwa Waarabu wa Maka, Muhammad hakuwa mtu wa kawaida. Walimwona kama mtu aliyesumbuliwa na maradhi ya akili ambaye mara nyingi alianguka katika hali za kupoteza fahamu. Na tuna Qur'an kuthibitisha jambo hili.

Maoni ya Wakaazi wa Maka kuhusu Muhammad

- **Surah 10:2**
- *"Je! Ni jambo la ajabu kwa watu kwamba tumempa mtu miongoni mwao wahyi? Ili awaonye wanadamu (kuhusu hatari yao), na awape habari njema Waumini kwamba watapata daraja ya juu mbele ya Mola wao. (Lakini) Makafiri wanasema: 'Huyu kweli ni mchawi dhahiri!'"* (Yusuf Ali)
- **Surah 15:6**
- *"Na wanasema: Ewe uliyeteremshiwa Ukumbusho, hakika wewe ni mwendawazimu!"* (Pickthall)
- **Surah 17:47-48**
- *"Tunajua wanavyotaka kusikia wanapokusikiliza; na wanachosema wanapozungumza kwa siri; na makosa yao wanasema, 'Ninyi mnamfuata mtu aliyerogwa!' Angalia wanavyokulinganisha!"* (W. Khan)
- **Surah 25:8**
- *"Na wakosefu wanasema, 'Mtu mnayemfuata yuko chini ya uchawi.'"* (A. Haleem)
- **Surah 37:35-36**

- *"Kwa maana walipoambiwa, Hakuna mungu ila Allah, walikuwa na kiburi na kusema: 'Je! Tuache miungu yetu kwa ajili ya mshairi mwendawazimu?'"* (Pickthall)
- **Surah 38:4**
- *"Wameshangaa kwamba Mwonyaji amewajia kutoka miongoni mwao. Wanasema, 'Huyu ni mchawi, mwongo mkubwa.'"* (W. Khan)
- **Surah 44:14**
- *"Lakini wanamkataa na kusema: 'Amefundishwa na wengine, ni mtu mwenye pepo!'"* (Yusuf Ali)

Si maoni mazuri hata kidogo, sivyo? Allah alilazimika kuwahakikishia maswahaba wa Muhammad:

- **Surah 81:22**
- *"Rafiki yenu (Muhammad) hana ugonjwa wa akili."* (Sarwar)

Lakini kilicho cha kushangaza zaidi ni kwamba hata Allah mwenyewe alilazimika kumhakikishia Muhammad kuwa yeye si mwendawazimu au mwenye pepo. Kwa hili kuwa kweli, lazima Muhammad alikuwa na shaka kwamba huenda alikuwa mwendawazimu au aliyemilikiwa na pepo. Kuna jambo kubwa sana lililokuwa tatizo kwa Muhammad hadi Allah mwenyewe akahisi haja ya kumfariji:

- **Surah 52:29-30**
- *"Basi mtukuze Mola wako: Kwa neema ya Mola wako, wewe si mchawi wala si mwenye pepo. Au wanasema: 'Ni mshairi! Tunamsubiri apate janga lililotungwa na wakati!'"* (Yusuf Ali)
- **Surah 68:2**
- *"Wewe si mwendawazimu kwa neema ya Mola wako."* (Yusuf Ali)

Muhammad alionwa na Watu wake kama Mchawi na Mwandishi wa Maneno ya Uongo

Wale waliomjua Muhammad kwa karibu, yaani, watu wa Maka, walimwona kama mtu aliyepagawa na pepo na mchawi aliyebuni maandiko ya uongo. Kwa kawaida, aya hizi za Qur'an zinajaribu kuthibitisha kuwa Muhammad hakuwa mwendawazimu. Hata hivyo, katika harakati za kufanya hivyo, Qur'an inathibitisha maoni ya watu wa wakati wake kuhusu Muhammad kwa kutegemea tabia yake.

Kwa kuwa vitendo vya ajabu vya Muhammad havikanushwi ndani ya Qur'an na Hadith, Waislamu hujaribu kueleza vitendo vyake kwa tafsiri ya kiroho. Lakini ukweli ni kwamba Muhammad mwenyewe alionyesha hofu na shaka kuhusu jinsi alivyopokea ufunuo wake.

Ushahidi kutoka kwa vyanzo vya Kiislamu wenyewe unathibitisha yafuatayo:

1. **Ufunuo alioupokea Muhammad haukutoka kwa Mungu wa kweli.**
2. **Roho iliyozungumza na Muhammad haikuwa Malaika Jibril bali ni pepo mchafu aliyekuwa akijifanya kuwa malaika, na alitoa ujumbe wenye utata kwa Muhammad. Muhammad alidanganywa na kudhulumiwa na roho huyu kwa sababu hakuwa na maarifa ya Mungu wa kweli.**
3. **Roho aliyemzungumzia Muhammad alimsukuma kufanya matendo ya uovu na uasherati.**

Haya ni mashtaka mazito sana yanayomkabili Mtume wa Uislamu. Sasa tutamweka Muhammad katika kizimba cha mashahidi ili kuona kama mashtaka haya ni ya kweli. Tutachunguza tabia yake ya kimaadili wakati wa utume wake. Tutapima tabia yake na kuona kama inastahili kumfanya awe nabii wa Mungu wa kweli.

Tutatumia vyanzo vinavyokubalika na Waislamu pekee katika tathmini hii. Kuchunguza tabia ya Muhammad ni jambo la msingi kwa sababu Uislamu unasimama na kuanguka juu ya tabia ya Muhammad. Leo hii, Waislamu wako tayari kuua na kuuawa kwa sababu wanaamini kuwa Muhammad ni nabii wa kweli wa Mungu. Wastahili kuambiwa ukweli. Na hatupaswi kusahau kwamba Muhammad alikuwa na uungwaji mkono wa Allah. Kwa hiyo, kwa kumchunguza Muhammad, tunaweza kuona hasa Allah ni nani.

Tafadhali zingatia ushahidi uliotolewa hapa chini.

MUHAMMAD ALIYEKUWA NA MAWAZO YA KUJIUA

Ibn Ishaq, Sirat Rasul Allah:

"Basi nikasoma (ufunuo), naye (Jibril) akatoka kwangu. Nikapata usingizi, na nilipoamka, ilikuwa kana kwamba maneno haya yameandikwa moyoni mwangu. Sasa hakuna kiumbe yeyote wa Mungu aliyekuwa wa kutisha zaidi kwangu kuliko mshairi au mtu mwenye pepo: Sikuweza hata kuwatazama. Nikawaza, 'Ole wangu! Mimi ni mshairi au nimemilikiwa na pepo—Quraysh hawatosema haya kunihusu! Nitapanda juu ya mlima na kujitupa ili niweze kujiua na kupata pumziko.'"

Sahih Bukhari, Juzuu ya 9, Kitabu cha 87, Hadithi Namba 111:

"Imesimuliwa na 'Aisha: Baada ya siku chache Waraqa alifariki na ufunuo wa Kiungu ukasimama kwa muda. Nabii akahisi huzuni kubwa sana kiasi kwamba tulisikia kuwa alikusudia mara kadhaa kujitupa kutoka kwenye vilele vya milima mirefu. Na kila alipopanda kilele cha mlima ili ajitupe, Jibril alimtokea mbele yake na kusema, 'Ewe Muhammad! Hakika wewe ni Mtume wa Allah kwa kweli!' Kisha moyo wake ulitulizwa, akapoa na kurudi nyumbani. Na kila wakati kipindi cha kutopokea wahyi kilipokuwa kirefu, alifanya hivyo

tena, lakini alipofika kilele cha mlima, Jibril alimtokea tena na kumwambia yale aliyokuwa akimwambia hapo awali."

Yesu Alipowatoa Pepo, Waliwafanya Nguruwe Kujiua

Tunaposoma injili ya Mathayo, tunagundua kuwa Yesu alipowatoa pepo kwa mtu aliyepagawa, pepo hao waliingia ndani ya kundi la nguruwe. Je, ni nini kilichotokea kwa nguruwe hao? Walipagawa na kuwa na mawazo ya kujiua. Walijiua kwa kujitupa kutoka kwenye jabali hadi baharini na kuzama.

Mathayo 8:32:

"Yesu akawaambia, 'Nendeni!' Pepo wakatoka wakawaingia ndani ya nguruwe. Ghafla, kundi lote la nguruwe likakimbilia kwenye jabali na kujitupa baharini, nao wakafa majini."

Katika Uislamu, Muhammad anahesabiwa kuwa Mtume wa Allah. Lakini ni jambo la kushangaza kuona kwamba mtu anayejidai kuwa Mtume wa Mungu aliwahi kuwa na mawazo ya kujiua mara kadhaa. Katika historia ya Mitume wa Mungu wa kweli, hakuna nabii aliyewahi kupagawa na pepo au kuwa na mawazo ya kujiua kama Muhammad alivyokuwa. Hili linaacha swali kubwa kwa Waislamu wa dhati: Je, Muhammad alikuwa kweli nabii wa Mungu wa kweli, au alikuwa mtu aliyepagawa na pepo?

MUHAMMAD ALIYEKUWA NA MAONO YA UONGO

Sahih Muslim, Kitabu cha 030, Hadithi Namba 5654:

Jabir bin Samura amesimulia kuwa Mtume wa Allah (rehma na amani ziwe juu yake) alisema: *"Ninatambua jiwe huko Makka ambalo lilikuwa likinisalimu kabla sijawa Mtume, na nalitambua hata sasa."*

MUHAMMAD ALIYEROGWA

Sahih Muslim, Kitabu cha 026, Hadithi Namba 5428:

A'isha amesimulia kwamba Myahudi kutoka kabila la Banu Zuraiq aliyekuwa akiitwa Labid bin al-A'sam alimtupia uchawi Mtume wa Allah (rehma na amani ziwe juu yake), kiasi kwamba (chini ya athari za uchawi) alihisi kwamba alikuwa akifanya jambo fulani wakati kwa hakika hakuwa akilifanya. (Hali hii iliendelea) hadi siku moja au usiku mmoja ambapo Mtume wa Allah (rehma na amani ziwe juu yake) aliomba dua (ili kuondoa athari zake).

MUHAMMAD MUONGO

Sahih Bukhari, Juzuu ya 5, Kitabu cha 59, Hadithi Namba 369:

Jabir bin 'Abdullah amesimulia: Mtume wa Allah alisema, *"Nani yuko tayari kumuua Ka'b bin Al-Ashraf ambaye amemdhuru Allah na Mtume wake?"* Hapo Muhammad bin Maslama akasimama na kusema, *"Ewe Mtume wa Allah! Je, unapenda nimuue?"* Mtume akajibu, *"Ndiyo."* Muhammad bin Maslama akasema, *"Basi niruhusu niseme jambo la uongo (yaani, nimdanganye Ka'b)."* Mtume akasema, *"Unaweza kusema."*

Ishaq 567:

Muhammad alimwarifu Umar (Khalifa wa pili), naye akamwita Mtume muongo.

Khalifa Umar alijua kwamba Muhammad alikuwa muongo. Je, tunaweza kuwazia hata mara moja kwamba mmoja wa Mitume wa Yesu angemwita Yesu muongo?

MUHAMMAD MPINGA WAYAHUDI (ANTI-SEMITE)

Sahih Muslim, Kitabu cha 041, Hadithi Namba 6985:

Abu Huraira amesimulia kwamba Mtume wa Allah (rehma na amani ziwe juu yake) alisema: *"Saa ya mwisho haitafika mpaka Waislamu wapigane na Wayahudi, na Waislamu watawaua mpaka Wayahudi wajifiche nyuma ya jiwe au mti, na jiwe au mti utasema: 'Ewe Mwislamu, au mtumishi wa Allah, kuna Myahudi nyuma yangu; njoo umuue.' Lakini mti wa Gharqad hautasema, kwa kuwa ni mti wa Wayahudi."*

Sahih Bukhari, Juzuu ya 4, Kitabu cha 56, Hadithi Namba 791:

Imesimuliwa na 'Abdullah bin 'Umar: *"Nilisikia Mtume wa Allah akisema, 'Wayahudi watapigana nanyi, na mtapewa ushindi juu yao kiasi kwamba jiwe litasema, 'Ewe Mwislamu! Kuna Myahudi nyuma yangu; muue!'"*

NA ALLAH ANAWEKA MSINGI WA CHUKI DHIDI YA WAYAHUDI NA WAKRISTO

Surah 5:51:

"Enyi mlioamini! Msiwafanye Mayahudi na Wakristo kuwa marafiki zenu; wao ni marafiki wao kwa wao. Na yeyote miongoni mwenu atakayewafanya marafiki, basi hakika yeye ni mmoja wao; hakika Allah hawaongozi watu madhalimu." (Shakir)

Haya ni baadhi ya mambo ya kushangaza yanayopatikana ndani ya vyanzo vya Kiislamu kuhusu

Muhammad. Je, kweli Muhammad anaweza kuwa nabii wa Mungu wa kweli?

MUHAMMAD MFISADI (ALIYETOA RUSHWA)

Sahih Bukhari, Juzuu ya 4, Kitabu cha 55, Hadithi Namba 558:

Basi Maquraish na Ansari wakakasirika na wakasema, *"Yeye (yaani, Mtume) anawapa wakuu wa Najd lakini hatutupi sisi."* Mtume akasema, *"Nawapa ili kuvutia nyoyo zao (kwa Uislamu)."*

MUHAMMAD ALIYEFANYA MAUAJI YA KIMAKUNDI

Ishaq 464:

Wayahudi walishushwa kutoka kwenye ngome zao, na Mtume wa Allah aliwafunga gerezani. Kisha Mtume alikwenda sokoni mwa Madina, ambapo aliagiza mitaro ichimbwe. Kisha akawaita wanaume wa Kiyahudi na kuwaamuru wakatwe vichwa vyao juu ya ile mitaro. Walipelekwa kwake kwa makundi. Walikuwa kati ya 800 hadi 900 wavulana na wanaume waliokatwa vichwa vyao.

Tabari VIII:38:

Mtume wa Allah aliamuru kwamba wanaume wote wa Kiyahudi na wavulana waliokuwa wamefikia umri wa kubalehe wauawe kwa kukatwa vichwa. Kisha Mtume aligawanya mali, wake, na watoto wa Mayahudi wa kabila la Banu Qurayza miongoni mwa Waislamu.

Tabari VII:97:

Asubuhi baada ya mauaji ya Ashraf, Mtume alitangaza, *"Muue Myahudi yeyote atakayekuwa chini ya mamlaka yenu."*

BAADA YA MAUAJI, MUHAMMAD ALIWAFANYA WANAWAKE NA WATOTO WOTE WATUMWA

Ishaq 465:

Kisha Mtume aligawanya mali, wake, na watoto wa kabila la Qurayza miongoni mwa Waislamu. Mtume wa Allah alichukua sehemu yake ya tano ya ngawira.

NA ALLAH ANAKUBALIANA NA MAUAJI HAYA

Surah 8:67:

"Si kwa nabii yeyote kuwa na mateka mpaka awe amefanya mauaji makubwa katika ardhi." (Pickthall)

Surah 8:12:

"Wakati Mola wako alipowafunulia malaika: Mimi nipo pamoja nanyi, basi wafanyeni imara wale walioamini. Nitatia hofu katika nyoyo za wale waliokufuru. Basi wakateni vichwa vyao na wakateni kila ncha ya vidole vyao." (Shakir)

Hii ni mifano ya matendo ya Muhammad kama yanavyosimuliwa na vyanzo vya Kiislamu. Je, kweli Muhammad anaweza kuwa nabii wa Mungu wa kweli?

MUHAMMAD MPEDOFILIA

Sahih Bukhari, Juzuu ya 7, Kitabu cha 62, Hadithi Namba 64:

Imesimuliwa na Aisha: *"Kwamba Mtume alimuoa alipokuwa na umri wa miaka sita, na alikamilisha ndoa alipokuwa na miaka tisa, kisha alibaki naye kwa miaka tisa (yaani, hadi kifo chake)."*

MUHAMMAD GAIDI

Sahih Bukhari, Juzuu ya 4, Kitabu cha 52, Hadithi Namba 220:

Imesimuliwa na Abu Huraira: Mtume wa Allah alisema, *"Nimetumwa na maneno mafupi yaliyo na maana pana, na nimepewa ushindi kwa njia ya hofu (iliyowekwa katika nyoyo za maadui), na nilipokuwa nimelala, funguo za hazina za dunia zililetwa kwangu na kuwekwa mikononi mwangu."*

Sahih Muslim, Kitabu cha 4, Hadithi Namba 1066:

Abu Huraira ameripoti: Mtume wa Allah (amani iwe juu yake) alisema, *"Nimesaidiwa kwa kutia hofu (katika nyoyo za maadui); nimepewa maneno mafupi lakini yenye maana pana; na nilipokuwa nimelala nililetwa funguo za hazina za dunia, ambazo ziliwekwa mikononi mwangu."*

Na Allah akatimiza ahadi yake:

Surah 3:151:

"Tutatia hofu katika nyoyo za wale waliokufuru, kwa sababu walimshirikisha Allah na kitu ambacho hakuwa ametuma ushahidi wowote, na makazi yao ni Moto, na ni makazi mabaya kwa dhalimu." (Shakir)

MUHAMMAD MNYANG'ANYI

Sahih Bukhari, Juzuu ya 4, Kitabu cha 53, Hadithi Namba 351:

Imesimuliwa na Jabir bin Abdullah: Mtume wa Allah alisema, *"Ngawira imehalalishwa kwangu."*

MUHAMMAD MNAFIKI

Sahih Bukhari, Juzuu ya 7, Kitabu cha 62, Hadithi Namba 157:

Imesimuliwa na Al-Miswar b. Makhrama: *"Nimesikia Mtume wa Allah akiwa juu ya mimbari akisema, 'Banu Hisham bin Al-Mughira wamenitaka niwaruhusu kumwoza binti yao kwa Ali bin Abu Talib, lakini sitatoa ruhusa, wala sitatoa ruhusa isipokuwa Ali bin Abi Talib amtaliki binti yangu ili amwoe binti yao, kwa sababu Fatima ni sehemu ya mwili wangu, na nachukia kile anachokichukia, na kinachomuumiza, kinaniumiza mimi.'"*

Ingawa Muhammad alihimiza wake wengi kama inavyofundishwa katika Qur'an, hakutaka mume wa binti yake afanye hivyo alipooa binti yake. Kwa nini viwango viwili tofauti?

MUHAMMAD MPENZI WA NGONO

Sahih Bukhari, Juzuu ya 7, Kitabu cha 62, Hadithi Namba 142:

Imesimuliwa na Anas bin Malik: *"Mtume alikuwa akipita kwa wake zake wote na kufanya nao tendo la ndoa usiku mmoja, na wakati huo alikuwa na wake tisa."*

MUHAMMAD MUUAJI WA KISIRI

Ishaq 675-676:

Asma binti Marwan alikuwa kutoka ukoo wa B. Umayyya b. Zayd. Baada ya kuuawa kwa Abu `Afak, alionyesha kutoridhika na kumlaumu Muhammad na wafuasi wake. Alisema:

"Nawadharau B. Malik na al-Nabit na `Auf na B. al-Khazraj...Mnamtii mgeni ambaye anawahimiza kuua kwa ajili ya ngawira. Ninyi ni watu wenye tamaa. Hakuna heshima miongoni mwenu?"

Baada ya kusikia maneno haya, Muhammad alisema, *"Je, hakuna mtu atakayeniondolea mwanamke huyu?"*

Umayr, Mwislamu mwenye bidii, aliamua kutekeleza matakwa ya Mtume. Usiku huo huo, aliingia kwa siri nyumbani kwa Asma wakati alipokuwa amelala, akiwa amezungukwa na watoto wake wadogo. Mmoja alikuwa akinyonya. Umayr alimwondoa mtoto huyo kifuani mwa mama yake kisha akachomoa upanga wake na kumchoma Asma hadi kufa.

Asubuhi iliyofuata msikitini, Muhammad, ambaye alikuwa anajua mauaji hayo, alisema: *"Umemsaidia Allah na Mtume wake."*

Umayr akasema: *"Alikuwa na watoto watano; Je, ninapaswa kujisikia hatia?"*

Mtume alijibu: *"Hapana, kumuua kwake hakuna maana zaidi ya mbuzi wawili kugongana vichwa."*

(Angalia pia **Ibn Sa`d's Kitab al-Tabaqat al-Kabir**, tafsiri ya S. Moinul Haq, Juzuu ya 2, Ukurasa wa 31)

Sahih Bukhari, Juzuu ya 5, Kitabu cha 59, Hadithi Namba 370:

Imesimuliwa na Al-Bara bin Azib: *"Mtume wa Allah alituma kundi la watu kwenda kumuua Abu Rafi. Abdullah bin Atik aliingia nyumbani kwake usiku, alipokuwa amelala, na akamuua."*

Tabari VIII:181:

"Mtume aliagiza wanaume sita na wanawake wanne wauawe kisiri."

MUHAMMAD ASIYE NA HURUMA

Ishaq 308:

Wakati Mtume alipoamuru Uqba auawe, Uqba alisema, *"Lakini nani atawatunza watoto wangu?"*

Mtume alijibu: *"Jahannamu."*

Kisha Asim bin Thabit bin Abu'l-Aqlah al-Ansari akamuua, kulingana na aliyoniambia Abu Ubayda bin Muhammad bin Ammar bin Yasir.

(Tazama pia **Tabari IX:121**)

MUHAMMAD MWIZI

Ishaq 288:

"Allah aligawanya ngawira zilizoporwa kutoka kwa msafara wa kwanza baada ya kuhalalisha ngawira. Alitoa sehemu nne kwa wale aliowaruhusu kuichukua na sehemu moja tano kwa Mtume wake."

Allah anawaruhusu Waislamu kupora ardhi na mali ya wasio Waislamu:

Surah 33:27:

"Na akakufanyeni kuwa warithi wa ardhi yao na majumba yao na mali zao, na ya ardhi ambayo bado hamjapita, na Allah ana uwezo juu ya kila kitu." (Shakir)

SURA YA 14

MUHAMMAD MNYANYASAJI

Tabari VIII:123:

Kinanah bin al-Rabi bin al-Huqyaq, aliyekuwa na hazina ya kabila la Banu Nadir, aliletwa kwa Mtume wa Allah, ambaye alimuuliza, lakini alikana kujua ilipo. Kisha Mtume wa Allah akaletewa Myahudi mmoja aliyesema: "Nimemuona Kinanah akizunguka katika eneo hili lililoharibika kila asubuhi."

Mtume wa Allah akamwambia Kinanah: *"Unasemaje? Tukikuta hazina hiyo mikononi mwako, nitakuua."*

Kinanah akajibu, *"Sawa."*

Mtume wa Allah akaamuru eneo hilo lichimbwe, na baadhi ya hazina ilitolewa kutoka humo. Kisha akamuuliza kuhusu sehemu iliyobaki. Kinanah alikataa kusema. Mtume wa Allah akaamuru al-Zubayr bin al-'Awwam kumnyanyasa na kutesa Kinanah mpaka atoe siri yake. Al-Zubayr akaendelea kumtesa kwa kumchoma na fimbo ya moto kifuani mwake hadi Kinanah alipokuwa karibu kufa. Kisha Mtume wa Allah akampa Muhammad bin Maslamah, ambaye alimkata kichwa ili kulipiza kisasi kwa niaba ya ndugu yake Mahmud bin Maslamah.*

Tukio Lingine la Mateso Makali Lililofanywa na Mtume wa Uislamu:

Sahih Bukhari, Juzuu ya 1, Kitabu cha 4, Hadithi Namba 234:

Imepokewa na Abu Qilaba:

Anas alisema, "Baadhi ya watu kutoka kabila la 'Ukl au 'Uraina walikuja Madina, lakini hali ya hewa ya huko haikuwafaa. Hivyo, Mtume aliwaamuru waende kwa ngamia wake na kunywa maziwa na mikojo yao kama dawa. Walipofika huko, walipona lakini wakamuua mchunga ngamia wa Mtume na wakaiba ngamia wote."

Habari ilimfikia Mtume asubuhi, naye akatuma watu wawafuate. Walikamatwa na kuletwa mbele yake mchana. Kisha akaamuru mikono yao na miguu yao ikatwe (na hivyo ikafanyika), na macho yao yakachomwa kwa chuma cha moto. Walipokuwa wanataabika kwa maumivu, waliwekwa kwenye sehemu yenye mawe makali ya Al-Harra, na walipoomba maji, hakuna aliyepewa.

Sahih Bukhari, Juzuu ya 8, Kitabu cha 82, Hadithi Namba 795:

Imepokewa na Anas:

Mtume alikata mikono na miguu ya watu wa kabila la 'Uraina na hakuacha vidonda vyao viponywe hadi walipokufa.

Allah alimpa Muhammad maarifa kuhusu aina ya mateso yanayofaa kwa Waislamu kutumia:

Surah 5:33:

"Adhabu kwa wale wanaompinga Allah na Mtume wake na kufanya uovu katika ardhi ni hii tu, kwamba wauliwe au wasulubiwe au mikono na miguu yao ikatwe kwa kupishana au wafukuzwe kutoka katika nchi yao. Hii itakuwa fedheha kwao hapa duniani, na Akhera watapata adhabu kubwa." (Shakir)

Kuna tofauti kati ya kuuawa kwa sababu ya mauaji na kuteswa kikatili bila huruma kama alivyofanya Muhammad. Anaweza kweli mtu anayejinasibisha kuwa mjumbe wa Mungu kuonyesha ukatili mkubwa kiasi hiki? Alikwenda mbali hata kuwachoma watu macho yao kwa misumari ya moto, akawakata mikono na miguu yao, kisha akawaacha wakateseka hadi kufa kwa kiu na maumivu. Hata wafungwa wa hukumu ya kifo hupewa chakula cha heshima kabla ya kuuawa, lakini Muhammad aliwakatalia hata tone la maji.

Matendo ya kikatili kama haya yatashtua kila mtu mwenye moyo wa huruma na haki, lakini si wafuasi wa Uislamu. Wao wataendelea kutetea matendo haya ya ukatili ya mtu wao, bila kujali jinsi yalivyo ya kinyama. Huu ndio urithi wa Uislamu – dini iliyoanzishwa na mtu wa ukatili wa hali ya juu kulingana na vyanzo vya Kiislamu vyenyewe.

Tabia ya Muhammad kama Mhalifu Inathibitishwa na Vyanzo vya Kiislamu

Orodha ya tabia ya uhalifu wa Muhammad iliyoelezwa hapa inatokana na vyanzo vya Kiislamu vilivyo sahihi kabisa.

Hadithi hizi zimenukuliwa na mashahidi wa macho ambao walikuwa wafuasi wake wa karibu. Hawa ni masahaba wa Muhammad waliompenda na kumtetea, na kwa hivyo hawakuwa na sababu yoyote ya kufabricate au kuharibu jina lake.

Hata hivyo, orodha hii haijakamilika – makosa yake ni mengi sana kiasi kwamba muda na nafasi haviwezi kuruhusu kueleza yote. Muhammad pia alikuwa **mbakaji, mpenda vita, mpiga wake, mmiliki wa watumwa, mwenye chuki na wanyama, mwabudu sanamu, mzinzi, mpoligami ambaye hata alizidisha idadi ya wake waliohalalishwa katika Uislamu.** Na orodha inaendelea.

Je, tunaweza kutarajia tabia kama hii kutoka kwa mtu anayedai kuwa nabii wa Mungu wa kweli? **Nabii wa kweli hatawalazimisha watu waamini bali atawashinda kwa matendo yake mema.** Hatapigana vita ili kueneza ujumbe wake. Hatatoa amri ya mauaji kwa wale wanaompinga. **Hatakuwa kamanda wa jeshi. Hatamwaga damu.**

Lakini Muhammad alifanya yote haya kwa jina la Allah. **Mungu wa kweli atawahimiza wafuasi wake kufuata tabia kama hizi mbovu?** Lakini Allah anafanya hivyo. Je, hili linatuambia nini kuhusu Allah?

Surah 33:21:

"Kwa hakika, mnayo mfano mwema kwa Mtume wa Allah kwa anaye mtarajia Allah na Siku ya Mwisho, na anayemdhukuru Allah sana." (Yusuf Ali)

Maonyo kutoka kwenye Biblia Takatifu kuhusu Manabii wa Uongo

Mathayo 7:15-16:

"Jihadharini na manabii wa uongo, wanaowajia wamevaa mavazi ya kondoo, lakini kwa ndani ni mbwa mwitu wakali. Mtawatambua kwa matunda yao."

Ufunuo 21:8:

"Lakini waoga, wasio na imani, wachafu, wauaji, wazinzi, wachawi, waabudu sanamu, na waongo wote, sehemu yao ni katika lile ziwa linalowaka moto na kiberiti. Hii ndiyo mauti ya pili."

Tofauti Kati ya Yesu na Muhammad

Kinyume na Muhammad, Yesu hakumwua mtu yeyote. Badala yake, alikuja kuiokoa dunia.

Luka 19:10:

"Kwa maana Mwana wa Adamu alikuja kutafuta na kuokoa kile kilichopotea."

Miaka mingi kabla ya Muhammad, Shetani alijaribu kumshawishi Yesu. Lakini Yesu alimshinda Shetani kwa kutumia maandiko matakatifu ya Mungu.

Mathayo 4:8-11:

"Kisha Ibilisi akamchukua Yesu hadi kwenye mlima mrefu sana, akamwonyesha falme zote za dunia na utukufu wake, akamwambia: 'Nitakupa haya yote ikiwa utanisujudia na kuniabudu.' Ndipo Yesu akamwambia: 'Ondoka, Shetani! Kwa maana imeandikwa: Ni Yehova Mungu wako utakayemwabudu, na ni yeye peke yake utakayemtumikia.' Kisha Ibilisi akamwacha."

Shetani alikimbia kwa kushindwa. Lakini huyu roho mwovu aliweza kumshinda na kumtawala Muhammad. Vyanzo vya Kiislamu vyenyewe vinathibitisha jambo hili. **Matendo ya kikatili ya Muhammad na tabia yake ya kiuhalifu yanaonyesha kuwa hawezi kuwa nabii wa Mungu wa kweli.**

Je, leo ni nani anaweza kupinga kwamba wale wanaofuata mafundisho ya Muhammad wanadhihirisha tabia zile zile mbaya kama za mtume wao? Na tabia za Muhammad zinaonyesha **ushawishi wa Shetani.**

Je, Muhammad alikuwa Nabii wa Mungu wa kweli? Bila shaka, hapana.

SURA YA 15

MTUME PAULO: MTUME WA KWELI WA MUNGU NA KWA NINI NI BORA KULIKO MUHAMMAD

Mtume Paulo ni moja ya wahubiri mashuhuri wa injili ya Yesu Kristo na mwandishi wa sehemu kubwa ya Agano Jipya. Kabla ya kuongoka, alikuwa Myahudi wa Kifarisayo aliyejulikana kama Sauli wa Tarso, mpinzani mkubwa wa Ukristo. Hata hivyo, baada ya kukutana na Yesu Kristo njiani kuelekea Damasko, alibadilishwa na kuwa mmoja wa mitume wakuu wa Bwana Yesu Kristo, akieneza injili kwa bidii kote ulimwenguni.

Katika historia ya dini, **Paulo anasimama kama mtume wa kweli wa Mungu**, aliyekuwa na ujumbe wa wokovu kwa wanadamu wote. Kinyume chake, **Muhammad, mwanzilishi wa Uislamu, hakuwa nabii wa kweli bali mtu aliyepotosha watu kwa mafundisho yake ya giza, vurugu, na ukatili**.

1. PAULO ALIPOKEA UFUNUO WA KWELI KUTOKA KWA YESU, MUHAMMAD ALIKUMBWA NA MAPEPO

Paulo alipokea injili yake moja kwa moja kutoka kwa Yesu Kristo. Katika **Wagalatia 1:11-12**, Paulo anaandika:

"Ndugu zangu, napenda mjue kwamba Injili niliyohubiri haikutoka kwa mwanadamu yeyote. Sikuipokea wala sikuifundishwa na mtu, bali niliipokea kwa ufunuo wa Yesu Kristo."

Paulo alielekezwa moja kwa moja na Yesu Kristo, ambaye ni Mungu aliye hai. Lakini Muhammad alipokea kile alichodhani kuwa ni ufunuo kutoka kwa "malaika" ambaye alimtisha na kumtesa ndani ya pango la Hira.

Katika **Sahih Bukhari, Juzuu ya 1, Kitabu cha 1, Hadithi Namba 3**, Muhammad anasimulia kwamba "malaika" alimbana kwa nguvu hadi karibu afe na kumwamuru asome, jambo ambalo lilimsababisha hofu na mshtuko mkubwa. Muhammad mwenyewe alihisi kuwa alikuja chini ya nguvu za pepo.

Tofauti na Paulo, Muhammad hakupokea ufunuo wa kweli kutoka kwa Mungu wa kweli.

---

2. PAULO ALIHUBIRI INJILI YA UPENDO, MUHAMMAD ALIHUBIRI CHUKI NA UGAIDI

Paulo alihubiri ujumbe wa upendo, neema, na msamaha. Aliwahimiza Wakristo kumpenda Mungu na majirani zao, bila kujali tofauti za kabila au dini. Katika **1 Wakorintho 13:4-7**, Paulo anaandika kuhusu upendo:

"Upendo huvumilia, upendo hufadhili; upendo hauhusudu; upendo hautakabari, haujivuni, haukosi adabu, hautafuti mambo yake yenyewe, hauoni uchungu, hauhesabu mabaya... Upendo haupungui kamwe."

Kinyume chake, Muhammad alihubiri chuki na vita dhidi ya wasioamini. **Katika Surah 9:29**, Qur'an inaagiza Waislamu kupigana dhidi ya wasioamini mpaka wajiunge na Uislamu au watoe kodi ya kudhalilika (jizya).

Muhammad alisema katika **Sahih Bukhari, Juzuu ya 4, Kitabu cha 52, Hadithi Namba 220:**

"Nimefanywa kuwa mshindi kwa kutisha maadui wangu."

Paulo aliwafundisha watu kumpenda adui na kuwaombea, lakini Muhammad aliwahimiza wafuasi wake kuwaua wale waliompinga.

---

3. PAULO HAKUWA NA MAISHA YA UJENZI WA FALME ZA KIDUNIA, MUHAMMAD ALIKUWA MPENDA VITA

Paulo hakutafuta mamlaka ya kisiasa au kijeshi. Alitumikia injili kwa maisha ya kujitoa na mateso. Aliandika katika **2 Wakorintho 11:23-28** jinsi alivyoteswa kwa ajili ya Kristo:

"Nimekuwa katika kazi za Bwana kwa bidii kuliko wote; nimepata mapigo kuliko wao; nimefungwa gerezani mara nyingi zaidi; mara nyingi nimepata hatari ya kufa. Mara tano nilipigwa viboko arobaini kasoro moja na Wayahudi. Mara tatu nilichapwa kwa fimbo, mara moja nilipigwa kwa mawe, mara tatu nilivunjikiwa na meli..."

Muhammad, kwa upande mwingine, alijipatia mamlaka ya kisiasa na ya kijeshi. Alianzisha majeshi na kufanya vita vingi vya uvamizi. Katika **Tabari VIII:38**, Muhammad aliagiza maelfu ya Wayahudi wa Banu Qurayza wauawe kwa kukatwa vichwa, na wake na watoto wao walichukuliwa kama mateka.

Paulo aliteswa kwa ajili ya imani yake; Muhammad aliwatia watu mateso kwa ajili ya imani yake.

---

4. PAULO ALIHESHIMU HAKI ZA WANAWAKE, MUHAMMAD ALIWADHALILISHA

Paulo aliandika katika **Waefeso 5:25:**

"Enyi waume, wapendeni wake zenu, kama Kristo alivyolipenda kanisa, akajitoa kwa ajili yake."

Paulo aliwahimiza waume wawapende wake zao kwa kujitoa kwao, kama vile Yesu alivyokufa kwa ajili ya kanisa lake.

Lakini Muhammad alifundisha kuwa wanawake walikuwa duni kwa wanaume na walipaswa kupigwa. Katika **Surah 4:34**, Qur'an inaagiza wanaume kuwapiga wake zao kama hawatii.

Pia, Muhammad alioa msichana mdogo wa miaka sita aitwaye Aisha na kufanya naye mapenzi akiwa na umri wa miaka tisa (**Sahih Bukhari, Juzuu ya 7, Kitabu cha 62, Hadithi Namba 64**).

Paulo alihimiza ndoa ya heshima; Muhammad alifundisha ndoa ya manyanyaso.

5. PAULO ALIHUBIRI WOKOVU KWA NEEMA, MUHAMMAD ALIHUBIRI WOKOVU KWA MATENDO

Paulo alihubiri kwamba wokovu ni kwa neema kupitia imani kwa Yesu Kristo. Aliandika katika **Waefeso 2:8-9:**

"Kwa maana mmeokolewa kwa neema kwa njia ya imani – wala si kwa matendo yenu wenyewe, bali ni kipawa cha Mungu – si kwa matendo, mtu awaye yote asije akajisifu."

Muhammad, kwa upande mwingine, alihubiri kuwa wokovu unapatikana kupitia matendo na kufuata sheria za Kiislamu. Qur'an inasema katika **Surah 23:102-103:**

"Basi wale ambao mizani yao ya mema ni nzito, hao ndio watakaofanikiwa. Na wale ambao mizani yao ya mema

ni nyepesi, hao ndio waliopata hasara nafsi zao, ndani ya Jahannamu watadumu."

Hii inamaanisha kwamba wokovu wa Waislamu unategemea matendo yao badala ya neema ya Mungu.

HITIMISHO: PAULO NI MTUME WA KWELI WA MUNGU, MUHAMMAD NI NABII WA UONGO

Mtume Paulo alihubiri injili ya kweli ya Yesu Kristo, aliishi maisha ya kujitoa kwa Mungu, na aliwaonyesha watu njia ya kweli ya wokovu kwa neema. Muhammad, kwa upande mwingine, alihubiri chuki, ukatili, na vita.

Paulo alikufa akiwa shahidi wa Yesu Kristo; Muhammad alikufa kwa sumu baada ya kumdanganya mwanamke Myahudi.

Ikiwa unatafuta kweli njia ya wokovu, **fuata mafundisho ya Paulo, ambayo yanamwelekeza Yesu Kristo – njia pekee ya uzima wa milele.**

www.ingramcontent.com/pod-product-compliance
Lightning Source LLC
LaVergne TN
LVHW010918051026
849532LV00003B/740